INSIGHT PUBLICA®

INSIGHT PUBLICA®

Nadakkavu, Kozhikode, Kerala, 673011
www.insightpublica.com
e-mail: insightpublica@gmail.com
VVK Kavithakal: Mukhakkurippukal
(Malayalam Study)
MP Balaram
DTP: M.V. Suvidya
Cover Portrait: Anandan Master
Photo: Sukumar Andalur
First Edition: March 2021

ISBN 978-93-90535-73-6
Printed and Published by
InsightinPublica Printers & Publishers Pvt Ltd.

₹249

വി.വി.കെ. കവിതകൾ: മുഖക്കുറിപ്പുകൾ

എം.പി. ബാലറാം

INSIGHT PUBLICA®

1950 ൽ തലശ്ശേരി നിട്ടൂരിൽ ജനനം. അച്ഛൻ കെ.കെ.ദാമോദരൻ നമ്പ്യാർ അമ്മ എം.പി. രോഹിണി ആറ്റടപ്പ യു.പി.സ്കൂൾ, ഗവൺമെന്റ് ഹൈസ്കൂൾ കതിരൂർ,നിർമ്മലഗിരി കോളേജ് കൂത്തുപറമ്പ്, ഗവൺമെന്റ് ബ്രണ്ണൻ കോളേജ് ധർമ്മടം, കോഴിക്കോട് സർവ്വകലാശാല എന്നിവിടങ്ങളിൽ വിദ്യാഭ്യാസം. എംഎ, എംഎഡ്,എംഫിൽ ബിരുദങ്ങൾ നേടി. മട്ടന്നൂർ പഴശ്ശിരാജ എൻ.എസ്.എസ് കോളേജ് മലയാള വിഭാഗത്തിൽ അദ്ധ്യാപകനായിരുന്നു. 2005 ൽ വിരമിച്ചു.

കൃതികൾ: *വാക്കുകൾ തന്നെയാണ് പ്രശ്നം, ശബ്ദങ്ങൾ പ്രതിശബ്ദങ്ങൾ, ധീരതയുടെ രക്തമുദ്ര, വർഗ്ഗഭാവുകത്വം* (കുഞ്ഞപ്പ പട്ടാന്നൂരുമായി ചേർന്ന്), *കുഞ്ഞപ്പ പട്ടാന്നൂർ : കനലുകൾ കുരുതികൾ രക്ത സാഹോദര്യങ്ങൾ, ഇന്ദുലേഖ : വർത്തമാന പാഠങ്ങൾ, സ്വത്വം സംസ്കാരം സങ്കൽപ്പനം: വിമർശനപാഠങ്ങൾ, നരഭോജികൾ വീട്ടുമുറ്റത്ത്, വാക്കുകൾ നിശ്ശബ്ദതകൾ, നിശ്ശബ്ദ നിലവിളികൾ : വൈറസ് കാലവിചാരങ്ങൾ*

എഡിറ്റർ: *കുഞ്ഞപ്പ പട്ടാന്നൂർ : ചില നേരങ്ങളിൽ ആരും ഒറ്റക്കല്ല, എം.പി. രാധാകൃഷ്ണൻ: എന്റെ വിശപ്പിന്റെ വിശപ്പ്, വിവികെ : വിവികെ കവിതകൾ*

വിലാസം :	നവനീതം ചാലവെസ്റ്റ് തോട്ടട (പോസ്റ്റ്) കണ്ണൂർ - 7 670007
ഇ മെയിൽ :	balarammp@gmail.com
ബ്ലോഗ് :	balarammp.blogspot.in
ഫോൺ:	09446031273

ഭാര്യ :	ശശികല
മക്കൾ :	ബിപിൻ,നീത, നിതിൻ
മരുമക്കൾ :	നിതിൻ ചന്ദ്രശേഖരൻ, എം.എം. രാധിക, ദിവ്യ വാസുദേവൻ
പേരക്കുട്ടികൾ:	നയനിക, നക്ഷത്ര, ദർശ്

എം.പി.ബാലറാം

'വിവികെ കവിതകൾ: മുഖക്കുറിപ്പുകൾ'

എം.പി.ബാലറാം

മിക്കവാറും സമ്പൂർണ്ണമായി സമാഹരിക്കപ്പെട്ട വി വികെ കവിതകൾക്ക് ആമുഖമായി പുസ്തകത്തിന്റെ എഡിറ്റർ എന്ന നിലയിൽ എഴുതിയ അവലോകനപ്രബന്ധത്തിൽ ഇപ്രകാരം കുറിച്ച് വെച്ചത് കാണാം: 'അത്യന്തം സൂക്ഷ്മതയോടെയും, സമഗ്രസ്വഭാവം ഉൾക്കൊണ്ടും നടത്തുന്ന അന്വേഷണങ്ങളിലൂടെ മാത്രമേ വി.വി.കെ.കവിതകളെ അടുത്തറിയാനും മനസ്സിലാക്കാനും കഴിയൂ എന്ന് വായന നമ്മെബോദ്ധ്യപ്പെടുത്തുന്നുണ്ട്.'

വിവികെ കവിതകളുടെ വായനകൊണ്ടുണ്ടായ അത്തരമൊരു ബോദ്ധ്യത്തിൽ നിന്നാണ് 'വിവികെ കവിതകൾ: മുഖക്കുറിപ്പുകൾ' എന്ന പുസ്തകം ഇപ്പോൾ യാഥാർത്ഥ്യമായിത്തീർന്നിരിക്കുന്നത്. വിവികെ കവിതകളെ സമഗ്രമായെന്നതു പോലെ, ചിലപ്പോൾ സൂക്ഷ്മമായും, മനസ്സിലാക്കാൻ വേണ്ടിയുള്ള പ്രവേശികയായാണ്, ഈ പുസ്തകം വിഭാവനം ചെയ്യപ്പെട്ടിരിക്കുന്നത്. കവിതകളെ സമഗ്രമായിക്കാണാനും രചനകൾക്ക് തമ്മിൽ പരസ്പരമുള്ള ബന്ധമെന്തെന്ന് മനസ്സിലാക്കാനും ആമുഖമായി കൊടുത്ത അവലോകന പ്രബന്ധം സഹായകമാകുമെന്ന് കരുതുന്നു. ഒറ്റയൊറ്റ കവിതകളെക്കുറിച്ച് ഇവിടെ എടുത്തു ചേർത്ത കുറിപ്പുകളാകട്ടെ, കവിത, കവിതയോട് തന്നെ നീതി കാണിക്കുന്നതിനോടൊപ്പം കാലത്തോടും ലോകത്തോടും നീതിപുലർത്തുന്നത് എങ്ങനെയെന്ന്, സവിശേഷ മാതൃകകളെ മുൻനിർത്തി അന്വേഷിക്കുകയും ചെയ്യുന്നു. ഓരോകവിതയേയും, ഒരു ജൈവസ്വരൂപമായി കാണുകയും പരിശോധിക്കുകയുമാണ്. ഒരു പരിച്ഛേദമായി.

ഇവയെല്ലാം ഉൾപ്പെടുകയും പരിഗണിക്കപ്പെടുകയും ചെയ്യുന്നുണ്ടെന്ന് പറയുമ്പോഴും, വിവികെ കവിതകളുടെ അതിവിശാലതയേയും ഉള്ളുറവുകളെയും സമീപിക്കാൻ സഹായിക്കുന്ന ചില നിരീക്ഷണങ്ങളും വെളിച്ചങ്ങളും നൽകാൻ ശ്രമിക്കുക മാത്രമാണ് ഈ മുഖക്കുറിപ്പുകൾ ചെയ്യുന്നതെന്ന് കൂടി പറയുകയാണ്.

വിവികെയുടേതായി പ്രസിദ്ധീകരിക്കപ്പെട്ട ആറു സമാഹാരങ്ങളിലെ അവതാരികകൾ, തായാട്ട് ശങ്കരൻ, കെ.തായാട്ട്, മാധുരി വിവികെ എന്നിവരുടെ അനുസ്മരണ ലേഖനങ്ങൾ, എസ്.കെ. പൊറ്റെക്കാട്ടിന്റെയും കെ.കെ.രാജായുടെയും അനുസ്മരണ കവിത, ജീവചരിത്രപരമായ അനുബന്ധ വസ്തുതകൾ - 'വിവികെ കവിതകൾ: മുഖക്കുറിപ്പുകൾ' ആ കാവ്യ ജീവിതത്തിന്റെയും മുഖക്കുറിപ്പുകളാകാനാണ് ആർജ്ജവത്വത്തോടെ ശ്രമിച്ചിട്ടുള്ളത്. വായനയിൽ അക്കാര്യങ്ങൾ ബോദ്ധ്യപ്പെട്ടുമെന്ന് കരുതുന്നു.

വിവികെ കവിതകളുടെ വീണ്ടെടുപ്പുകളെ എന്നും താൽപ്പര്യപൂർവ്വം പ്രോത്സാഹിപ്പിക്കുകയും ആത്മധൈര്യം പകർന്നു തരികയും ചെയ്ത പ്രിയപ്പെട്ട സുഹൃത്ത് കുഞ്ഞപ്പ പട്ടാന്നൂർ എഴുതിയ അവതാരിക, ഒരു സ്തുതിപാഠമായല്ല, അനിവാര്യമായ സത്യകഥനമായാണ് സ്വീകരിക്കപ്പെടുക എന്ന് ഉറപ്പുണ്ട്.

ഉള്ളടക്കം

വി.വി.കെ വീണ്ടെടുക്കപ്പെടുമ്പോൾ

കുഞ്ഞപ്പ പട്ടാന്നൂർ

വിവികെ എന്ന നാമപദം ആദ്യമായി മനസ്സിൽ പതിയുന്നത് പ്രാഥമിക വിദ്യാലയത്തിൽ പഠിക്കുന്ന കാലത്താണ്. കേരള പാഠാവലിയിൽ (അന്ന് മലയാള പാഠപുസ്തകം അങ്ങനെയാണ് പേര് വിളിക്കപ്പെട്ടത്) പദ്യവും ഗദ്യവും ഇടകലർത്തിയാണ് അച്ചടിക്കുക. ഓരോ പദ്യത്തിന്റെയും അവസാനഭാഗത്ത് പദ്യകർത്താവിന്റെ പേരുണ്ടാവും. ആശാൻ, ഉള്ളൂർ, വള്ളത്തോൾ എന്നിവരുൾപ്പെട്ട കവിത്രയത്തെയും കുട്ടമത്ത് വെണ്ണിക്കുളം വൈലോപ്പിള്ളി, ജി ശങ്കരക്കുറുപ്പ് മുതലായ പേരുകളെയും യു.പി സ്കൂൾ കാലത്തുതന്നെ പരിചയപ്പെട്ടത് കൃത്യമായി ഓർക്കാനാവുന്നുണ്ട്. മറ്റു കവികൾക്കെല്ലാം മുഴുവൻ പേരുണ്ട്, ഒരാൾക്കുമാത്രം വെറും മൂന്നക്ഷരത്തിൽ ഒറ്റപ്പെട്ടു നില്ക്കുന്നു, വിവികെ. താളബദ്ധമായ, പ്രാസഭംഗിയാർന്ന ആ പേര് ഉള്ളിൽ ആഴത്തിൽത്തന്നെ അമർന്നുകിടന്നു.

വർഷങ്ങൾക്കുശേഷം, ബ്രണ്ണൻ കോളേജിൽ പഠിക്കുന്ന കാലത്താണ് വിവികെ എന്ന പേര് ഓർമ്മയിൽ വീണ്ടും ഉയിർക്കുന്നത്. ഒരു ദിവസം കോളേജ് അങ്കണത്തിൽ കൂട്ടുകാരുമായി സംസാരിച്ചുകൊണ്ടിരുന്നപ്പോൾ ഒരു പെൺകുട്ടി നടന്നുവരുന്നു. പെൺകുട്ടി അടുത്തെത്തിയപ്പോൾ പരിചയപ്പെടുത്തുംപോലെ കൂട്ടുകാരൻ പറഞ്ഞു: ഇത് മാധുരി, കവി വിവികെയുടെ മകൾ. (അവർ രണ്ടുപേരും ബി.എ മലയാളം ക്ലാസ് മേറ്റ്സാണ്.) മാധുരി ഒന്നു ചിരിച്ച് നടന്നുപോയി. അങ്ങനെ കവിമകൾ മാധുരിയെ ആദ്യമായി ഞാൻ പരിചയപ്പെടുന്നു. ഒപ്പം വിവികെ എന്ന കവി വീണ്ടും മനസ്സിൽ പുഷ്പിക്കുന്നു.

എന്നാൽ, കവിയെ കവിതയിലൂടെ കണ്ടെത്താനും തിരിച്ചറിയാനും അപ്പോഴും എനിക്ക് സാധിച്ചില്ല. ഇംഗ്ലീഷ് ഭാഷയും സാഹിത്യവും ഐച്ഛികമായെടുത്ത് ഷെല്ലിയും കീറ്റ്സും വേഡ്സ്‌വർത്തും ഹാംലെറ്റും മെക്‌ബത്തും ഒപ്പം കബീർദാസും സൂർദാസും ഒക്കെ മനസ്സിൽ കൂടിക്കുഴഞ്ഞുകിടക്കുമ്പോൾ സ്വന്തം ഭാഷയിലെ സ്വന്തം ദേശത്തുകാരനായ കവിയെ അറിയാനും തിരിച്ചറിയാനും നേരമെവിടെ?

(വിവികെ എന്ന കവിയെ അറിയാതെ പോയ, അറിയാൻ മെനക്കെടാത്തവരായ ഞാനംഗമായ മലയാള കവിതലമുറയുടെ പേരിൽ ആഴമാർന്ന ഖേദവും ഭാരമേറിയ കുറ്റബോധവും ഞാനിവിടെ അടയാളപ്പെടുത്തട്ടെ!)

ഏതാണ്ട് ഏഴുപതിറ്റാണ്ടുകൾക്കുമുമ്പ് ആദ്യസമാഹാരം പ്രസിദ്ധീകരിച്ച കവി പിന്നാലെ പലപ്പോഴായി ആറു സമാഹാരങ്ങളും പുറത്തിറക്കുകയുണ്ടായി. ആ മൊത്തം കവിതകൾ കണ്ടെടുത്ത് ക്രമബദ്ധമായി ക്രോഡീകരിക്കുക, ആ കവിതകളെ അധികരിച്ച് ഒരു പഠനപ്രബന്ധം പൂർത്തിയാക്കുക എന്നതുതന്നെ ശ്രമകരമായ ഒരു ജോലിയാണ്. എന്നാൽ, എം.പി ബാലറാം എന്ന എഡിറ്റർ ഒരു പടികൂടി കടന്ന് കവിതയുടെ പ്രകൃതിയെയും പ്രവർത്തനത്തെയും പരിണാമത്തെയും അടിസ്ഥാനമാക്കി വിവികെ കവിതകളെ ആറ് വ്യത്യസ്ത ഭാഗങ്ങളായി വർഗ്ഗീകരിക്കുകയും ഓരോ ഭാഗത്തിനും മണ്ണ്, വിണ്ണ്, വേര്, സ്വാതന്ത്ര്യം, സ്വത്വം, വിമർശനം എന്നിങ്ങനെ നാമകരണവും ചെയ്തിരിക്കുന്നു; ഓരോ ഭാഗത്തിലും ഉൾപ്പെടുന്ന കവിതകളെ ആധാരമായി രചനകളുടെ ഉൾക്കാമ്പു തേടുന്ന പഠനക്കുറിപ്പുകളും തയ്യാറാക്കിയിരിക്കുന്നു. ഇംഗ്ലീഷ് ഭാഷയിൽ Task എന്ന ഒരു പദമുണ്ടല്ലോ- സമാനമായ മലയാളപദം തത്ക്കാലം എനിക്കു കണ്ടെത്താനാവുന്നില്ല. എന്തായാലും ഞാനെന്ന വായനക്കാരനു ബോധ്യപ്പെട്ട ഒരു വാസ്തവം ഞാനിവിടെ രേഖപ്പെടുത്താതിരിക്കുന്നില്ല- ഒരു സാഹിത്യവിമർശകൻ എന്ന നിലയിൽ നിന്നുകൊണ്ട്, സൗന്ദര്യശാസ്ത്രപരമായ ഉൾക്കാഴ്ചയും സംസ്കാര പഠനത്തിന്റേതായ രീതിശാസ്ത്രവും പ്രയോജനപ്പെടുത്തിക്കൊണ്ട്, വിവികെ കവിതകളുടെ സമ്പൂർണ്ണസമാഹാരം അസാധാരണമാം വിധം സഫലമായ ഒരു സാഹിത്യകൃതിയായി മലയാളഭാഷയ്ക്ക് വീണ്ടുകിട്ടിയിരിക്കുന്നു! (വെറും Task അല്ല, 'Tremendons Task' എന്നു തന്നെ വിശേഷിപ്പിക്കപ്പെടേണ്ട ഒരു സാംസ്കാരിക ദൗത്യം!)

ആറു പതിറ്റാണ്ടുകാലം, മറവിയുടെ മണ്ണടരുകളിൽ ആഴത്തിൽ അമർന്നുകിടന്ന ഒരു കാവ്യജീവിതത്തെ വീണ്ടെടുക്കുക എന്ന കർമ്മത്തിൽ എഡിറ്റർക്കൊപ്പം നിന്ന് സാധ്യമായ എല്ലാ സഹകരണങ്ങളും

പങ്കുകൊടുത്ത മറ്റൊരാളുണ്ട്. കവി വിവികെയുടെ മകളായ മാധുരി.

വിവികെ കവിതകളുടെ സമ്പൂർണ്ണസമാഹാരത്തിന് അനുബന്ധമായി പ്രസിദ്ധീകരിക്കപ്പെടുന്ന രണ്ടാം പുസ്തകമാണ് 'വിവികെ കവിതകൾ: മുഖക്കുറിപ്പുകൾ' എന്ന കൃതി. ഈ കൃതിയിൽ മുഖ്യമായും വിവികെ എന്ന കവിയുടെ ഒറ്റയൊറ്റ കവിതകളുടെ പഠനക്കുറിപ്പുകളാണ്. ഒപ്പം മഹാകവി ജി. അടക്കമുള്ള പ്രതിഭാധനരായ സാഹിത്യകാരന്മാരുടെ അവതാരികകളും.

ഒറ്റക്കവിതാ പഠനം, ഒറ്റക്കഥാ പഠനം എന്നൊക്കെയുള്ളത് ഇന്ന് മലയാളത്തിൽ പെരുകി വരുന്ന ഒരു സാഹിത്യാഭ്യാസമായി മാറിക്കഴിഞ്ഞിട്ടുണ്ട്. പേരുകേട്ട ഏതെങ്കിലും കഥാകൃത്തിന്റെ വിസ്തരിച്ചവാഴ്ത്തുക; അതല്ലെങ്കിൽ പ്രശസ്തനായ ഒരു കവിയുടെ വാഴ്ത്തുകാരനാവാൻ തീരുമാനിച്ച്, കയ്യിൽ കിട്ടുന്ന ഏതെങ്കിലും കവിതയെക്കുറിച്ച് തോന്നുംപടി കുറിപ്പെഴുതി 'ഹാ! മഹത്തായ കാവ്യം' എന്ന് സ്വയം അതിശയംകൊള്ളുക. ഈ വർത്തമാനകാലത്ത് ആനുകാലികങ്ങളിൽ ഇത്തരം അനാശാസ്യ രചനകൾ പെരുകുന്നുണ്ട്.

ഇങ്ങനെയുള്ള ഒരു സാംസ്കാരിക കാലാവസ്ഥയിൽ എം.പി ബാലറാം എഴുതിത്തുടങ്ങിയ വിവികെയുടെ ഒറ്റക്കവിതാപഠനങ്ങളെ ഞാൻ വായിച്ചുതുടങ്ങുന്നത് എന്റേതായ വിമർശനക്കണ്ണുകളോടെയാണെന്ന വാസ്തവം ഞാൻ മറച്ചുവെക്കുന്നില്ല. എന്നാൽ, ഞാൻ വായിച്ചുപൂർത്തിയാക്കിയ ഓരോ ഒറ്റക്കവിത പഠനവും എന്നെ ബോധ്യപ്പെടുത്തിയ കാര്യം ഇതാണ്: ആഴമാർന്ന അവബോധവും ചൂഴ്ന്നിറങ്ങുന്ന നിരീക്ഷണശേഷിയും ഈ വിമർശകന്റേതായി ഞാൻ തിരിച്ചറിഞ്ഞ സവിശേഷതകൾ വിവികെ കവിതകളുടെ ഒറ്റക്കവിതാ പഠനക്കുറിപ്പുകളിലും സ്ഥായിയായി സൂക്ഷിക്കപ്പെടുന്നുണ്ട്.

കർത്താവിനെ കണ്ട് കൃതിയെ മതിക്കുക എന്നതിനുപകരം കൃതിയിലൂടെ നടന്നുചെന്ന് കർത്താവിൽ എത്തിച്ചേരുക എന്ന രീതി ഒരു വായനക്കാരൻ എന്ന നിലയിൽ എന്നെ ആഹ്ലാദിപ്പിക്കുന്നു. ഒറ്റക്കവിതാ പഠനങ്ങളിൽ രണ്ട് കവിതകളെക്കുറിച്ചുള്ള കുറിപ്പുകൾ ഉദാഹരിച്ച് ഞാനിവിടെ എന്റെ വായനാനുഭവം പങ്കുവെക്കാം. കേരളീയർക്ക് വിരുദ്ധാർത്ഥമുള്ള രണ്ട് ആഘോഷദിനങ്ങളാണ് ഓണവും ഏകാദശിയും. ഈ രണ്ട് ആഘോഷദിനങ്ങളെ പരാമർശിച്ചുകൊണ്ട്, വർഗ്ഗരാഷ്ട്രീയാദർശങ്ങളും വർഗ്ഗസമരങ്ങളും മുഖ്യധാരാരാഷ്ട്രീയത്തിൽ പ്രബലമായിത്തീർന്നിട്ടില്ലാത്ത ഒരു കാലത്ത് കേരളീയ ജീവിതത്തിൽ നിലനില്ക്കുന്ന വർഗ്ഗവൈരുദ്ധ്യങ്ങളെക്കുറിച്ച് സൂക്ഷ്മമായ അവബോധം സ്വായത്തമായ ഒരു കാവ്യമനസ്സാണ് താനെന്ന് സ്വന്തം കൃതിയിലൂടെ

കവി സ്വയം സാക്ഷ്യപ്പെടുത്തുന്നു. പൂർവഗാമിയായ ഒരു വലിയ കവിയുടെ അകാലികമായ അന്ത്യത്തെക്കുറിച്ചുള്ള സന്താപവും മനസ്സിൽ ആവാഹിച്ച്, ആ കവിസ്മരണയ്ക്കു മുന്നിൽ അക്ഷരങ്ങൾ കൊണ്ട് ഒരു ശില്പഗോപുരം തീർക്കുന്ന വിവികെ അബോധമായി വെളിപ്പെടുത്തുന്ന ചില സത്യങ്ങളുണ്ട്. ഇടപ്പള്ളിക്കവിതയുടെ കാല്പനികപ്പെരുമഴയും അതിലുൾച്ചേർന്ന കണ്ണീർപ്പെയ്ത്തും (മണിമുഴക്കം, രമണൻ തുടങ്ങിയ കൃതികൾ ഓർക്കുക) പെയ്തുതോർന്നിട്ടില്ലാത്ത ഒരന്തരീക്ഷത്തിൽ നിന്നുകൊണ്ടാണ് 'ശാന്തികുടീരം' രചിക്കപ്പെട്ടത് എന്നോർക്കണം. വിലാപകാവ്യത്തിലേക്ക് വഴുതിപ്പോകാനിടയുള്ള ഒരു രചന ആ വിധമാവാതെ, ആശാൻ കവിതയുടെ കാവ്യസത്തയുമായി സാത്മ്യപ്പെടുന്നതാണ് തന്റെ കാവ്യസ്വത്വം എന്നു വെളിപ്പെടുത്തുകയാണ്. ഒപ്പം, കുമാരനാശാൻ പിന്തുടരുന്ന ക്ലാസിക് പാരമ്പര്യത്തിലാണ് തന്റെ കാവ്യജീവിതം വേരൂന്നിനില്ക്കുന്നത് എന്നു കൂടി പ്രസ്തുതരചനയിലൂടെ വിവികെ വെളിപ്പെടുത്തുന്നുണ്ട്.

ഒറ്റയൊറ്റക്കവിതകളുടെ പഠനത്തിനുശേഷമുള്ള അനുസ്മരണ പ്രബന്ധത്തിൽ വിവികെയുടെ ഒരു നോട്ടുപുസ്തകത്തെക്കുറിച്ചും എം.പി ബാലറാം പരാമർശിക്കുന്നുണ്ട്. "അച്ഛന്റേതായി ഈ നോട്ടുപുസ്തകം മാത്രമേ ഇവിടെ ശേഷിക്കുന്നുള്ളൂ"- എന്ന് ആ നോട്ടുപുസ്തകം ബാലറാമിനെ ഏല്പിക്കുമ്പോൾ സങ്കടത്തോടെ മാധുരി പറയുന്നുണ്ട്. "ഇതിൽ കാര്യമായി എന്തെങ്കിലും ഉണ്ടെന്ന് തോന്നുന്നില്ല" എന്നു കൂടി പാതി ആത്മഗതമെന്നോണം കവിമകൾ മൊഴിയുന്നു. എന്നാൽ, ബാലറാം കൃത്യമായി നിരീക്ഷിക്കുന്നതുപോലെ, ഈ നോട്ടുപുസ്തകത്തിൽ എല്ലാമുണ്ട്. മണ്ണും വിണ്ണും പരസ്പരം സമന്വയിപ്പിച്ച ഒരു കവിയുടെ ജീവിതത്തിന്റെ ഈടുവെപ്പുകളുടെ കണക്കുപുസ്തകമാണ് ഈ നോട്ടുപുസ്തകം; വ്യക്തിജീവിതത്തിന്റെയും കാവ്യജീവിതത്തിന്റെയും അടിരേഖയെന്നു തന്നെ വിശേഷിപ്പിക്കപ്പെടാവുന്ന ഒരു ആധാരം.

"വിവികെ കവിതകൾ: മുഖക്കുറിപ്പുകൾ" എന്ന കൃതിയ്ക്കുള്ള ഈ ആമുഖവാക്യങ്ങൾ അവസാനിപ്പിക്കും മുമ്പ് രണ്ടു കാര്യങ്ങൾ കൂടി സവിശേഷമായി സൂചിപ്പിക്കുവാൻ ഞാൻ മുതിരുകയാണ്. (ഒന്ന്) "വിവികെ: കവിതകൾ" എന്ന ഒന്നാം പുസ്തകവും ഇപ്പോഴത്തെ ഈ രണ്ടാം പുസ്തകവും കൂട്ടിവായിക്കുമ്പോൾ സാധ്യമാവുന്ന സാഹിത്യചരിത്രപരമായ സാംഗത്യം. (രണ്ട്) ഈ രണ്ടുകൃതികൾക്കുമുള്ള ഗവേഷണ മൂല്യപരമായ പ്രസക്തി. (ഈക്കാര്യങ്ങൾ വിസ്തരിച്ചുപന്യസിക്കുവാൻ എനിക്കാവും. വേണമെങ്കിൽ; തത്ക്കാലം അത്തരമൊരു വിസ്താരം ആവശ്യമില്ല).

വിവികെയുടെ കാവ്യപൈതൃകം വീണ്ടെടുക്കപ്പെട്ടിരിക്കുന്ന ഈ സവിശേഷസന്ദർഭത്തിൽ, ആ കാവ്യപൈതൃകത്തിന്റെ പിന്തുടർച്ചക്കാരിൽ ഒരുവൻ എന്ന നിലയിൽ എനിക്ക് പറയുവാൻ തോന്നുന്നു: ഉഴുതുമറിച്ച ഈ കന്നിമണ്ണിൽ ഇനി ഏതൊരു മലയാളിക്കും വിത്തിറക്കി വിളവെടുക്കാം. കിനാവുകളും കണ്ണീരും സ്നേഹവായ്പുകളും കലർന്ന് വളക്കൂറുള്ള ഈ നല്ല മണ്ണിൽ നൂറുമേനി തന്നെ വിളയാതിരിക്കില്ല.

(വ്യാജവിത്തുകളോ വിഷവിത്തുകളോ ആരും വിതയ്ക്കരുത് എന്നു മാത്രം!)

ചേലോറ, കണ്ണൂർ
28.12.2020

1
വി.വി.കെ. കവിതകൾ: പ്രകൃതി പ്രവർത്തനം പരിണാമം

എം.പി.ബാലറാം

കവിതയുടെ പ്രകൃതിയേയും പ്രവർത്തനത്തേയും പരിണാമത്തേയും അടിസ്ഥാനമാക്കി വി.വി.കെ കവിതകളെ ആറ് വ്യത്യസ്ത വിഭാഗങ്ങളായി വേർതിരിക്കാവുന്നതാണ്. മണ്ണ്, വിണ്ണ്. വേര്, സ്വാതന്ത്ര്യം, സ്വത്വം, വിമർശനം ഇവയാണ് വ്യത്യസ്ത വിഭാഗങ്ങൾ. ഓരോ വിഭാഗത്തിലും ഉൾപ്പെടുന്ന കവിതകളുടെ പ്രകൃതിയും പ്രവർത്തനവും പരിണാമവും വ്യത്യസ്തമാണെന്ന് വായനയിൽ മനസ്സിലാക്കാവുന്നതാണ്. അതനുസരിച്ച് ആറ് വിഭാഗങ്ങളിലേയും കവിതകൾക്ക് തനതായ പ്രകൃതിയും പ്രവർത്തനവും പരിണാമവും പ്രത്യേകം പ്രത്യേകം അവകാശപ്പെടാൻ കഴിയും. അവയെ പ്രത്യേകമായി തിരിച്ചറിയുകയും സൂക്ഷ്മമായി മനസ്സിലാക്കുകയും ചെയ്യുക എന്നത് സമകാലിക വായനയുടെയും വിമർശനത്തിന്റേയും ഉത്തരവാദിത്തമാണ്. അരനൂറ്റാണ്ട് കാലം മുമ്പ് മൺമറഞ്ഞ മലയാളത്തിന്റെ കവിയോട് നാം ഇന്ന് കാണിക്കാൻ ബാദ്ധ്യസ്ഥമായ നീതിബോധമാണ്, ഗൗരവപൂർവ്വമായ ഒരു വായനക്ക് നമ്മെ നിർബന്ധിക്കുന്നത്.

മണ്ണ്

മണ്ണിൽ നിന്നാണ് കവിതയുടെ ജനനം. മണ്ണിലേക്ക് തന്നെ പിന്നെയും പിന്നെയും തിരിച്ച് വരുന്നത് കവിതയുടെ ജൈവ സ്വഭാവം- വി.വി.കെ. കവിതകൾ ഇക്കാര്യം ആവർത്തിച്ച് പറഞ്ഞു പോന്നിട്ടുണ്ട്. കവിതകളിലൂടെ തന്നെ ഇത് തെളിയിച്ച് കാണിച്ചിട്ടുമുണ്ട്. അതിനാൽ

നാല് പതിറ്റാണ്ട് ദൈർഘ്യമുള്ള വി.വി.കെയുടെ കവിതാജീവിതത്തിന്റെ ഗുരുത്വകേന്ദ്രം മണ്ണാണെന്ന് പറയുന്നതിൽ അതിശയോക്തിയില്ല. കർഷകരും യാചകരും തൊഴിലാളികളും വൃദ്ധരും അധഃകൃതരും അനാഥരും വേശ്യകളുമെല്ലാമുൾപ്പെടുന്ന 'കീട ജന്മ'ങ്ങളുടെ വർഗ്ഗം കവിതകളിൽ സ്ഥിരമായ സാന്നിദ്ധ്യം അറിയിക്കുന്നുണ്ട്. അവരുടെ യാതനകളെ തിരിച്ചറിയാൻ, അവരുടെ ശബ്ദമായി മാറാൻ പ്രശ്നങ്ങൾക്ക് പരിഹാരം കണ്ടെത്താൻ 'മണ്ണ്' വിഭാഗത്തിൽ ഉൾപ്പെട്ട കവിതകൾ ശ്രമിക്കുന്നു. ആദ്യ കവിത 'പാവപ്പെട്ടപൈതൽ' (1932) വയലിൽ പണിക്ക് പോയ ഒരമ്മയുടെ പിഞ്ചുകുഞ്ഞ് മുറ്റത്ത് വെറും മണ്ണിൽ കിടന്ന് കളിക്കുകയും വിശന്ന് കരയുകയും ചെയ്യുന്നത് അവതരിപ്പിക്കുന്നു. കർഷകന്റെ കരിഞ്ചാളയും കഠിനാദ്ധ്വാനവും കഷ്ടപ്പാടും രോഗദുരിതങ്ങളും കണ്ണീരും വിയർപ്പും തൊള്ളായിരത്തി മുപ്പതുകളിലെ മലയാള കവിതയ്ക്ക് ഒട്ടേറെ പുതുമയുള്ള അനുഭവചിത്രങ്ങളാണ്. കവിതയെന്ന സ്വരൂപം കാലാകാലം പാരമ്പര്യബദ്ധമായും ആചാരപരമായും എടുത്തണിഞ്ഞുപോന്ന ശബ്ദാർത്ഥാലങ്കാരങ്ങളുടെ 'സൗന്ദര്യസമൃദ്ധിക്ക് മറച്ചുവെയ്ക്കാൻ കഴിയാത്ത വിധം മണ്ണിന്റെ മണങ്ങളും ജൈവഗുണങ്ങളും മണ്ണ് വിഭാഗത്തിൽ ഉൾപ്പെട്ട കവിതകൾ പൊതുവെ പങ്കുവെക്കുന്നുണ്ട്. മൂന്ന് പതിറ്റാണ്ടുകൾ പിന്നിട്ട് 'കുടിലിലെ കല' (1961) എന്ന രചന പുറത്തുവരുമ്പോഴേക്കും സാഹചര്യങ്ങളിലുണ്ടാകുന്ന വ്യത്യാസം, വായനയിൽ തിരിച്ചറിയേണ്ടതാണ്. കീഴാളജീവിതങ്ങളുടെ അസ്വതന്ത്രതകൾ, അസമത്വങ്ങൾ, തീവ്രയാതനകൾ ഇവയെല്ലാം ഇല്ലാതായിത്തുടങ്ങുമെന്ന് പ്രതീക്ഷിക്കുന്ന 'ജനാധിപത്യ'ത്തിന്റെ അവസ്ഥയെ, അമ്പതുകൾക്ക് ശേഷമുണ്ടായ കവിതകൾ പിന്തുടരുന്നു. 'കുഞ്ചിരനെ'പ്പോലെയും ('കുഞ്ചിരൻ പറഞ്ഞത്' 1954) 'കണ്ടനെ'പ്പോലെയുള്ള ('കുടിലിലെ കല' 1961) കഥാപാത്രങ്ങൾ ഉറക്കെ ശബ്ദിക്കാനും 'കോന്തുണ്ണി' യെപ്പോലുള്ളവർ ('നമുക്ക് കർഷകരാവുക, 1958) മണ്ണിൽ പണിയെടുക്കാൻ മടിയുള്ള പച്ചപ്പരിഷ്കാരികളെന്ന് അപഹസിക്കപ്പെടാനും തുടങ്ങിയിരിക്കുന്നു. 'നെല്ലോല വീശുന്ന' സ്വച്ഛമായ കാറ്റിൽ അനുഭവപ്പെടുന്നത് സ്വാതന്ത്ര്യത്തെക്കുറിച്ചും സമത്വത്തെക്കുറിച്ചുമുള്ള ഉദാത്തസങ്കല്പങ്ങളുടെ ലാഘവത്വം മാത്രം. 'ഗ്രാമലക്ഷ്മീമുഖ'ത്തെ 'ശ്യാമവത്സലം' പോലെ കാണപ്പെടുന്ന, വർത്തമാനകാലത്തിന്റെ ഐശ്വര്യചിഹ്നമായ 'പുൽക്കുടിൽ'! ('കരിഞ്ചാള' : 'പുൽക്കുടിൽ'?)- ഗൃഹനായകൻ കണ്ടൻ, 'കുലസ്നേഹി'യും 'മർത്ത്യതയ്ക്കുണ്ടായ മാതൃകകയും!' (കുടിലിലെ കല). അനാഥത്വവും അസമത്വവും കർഷകജീവിതത്തിൽ നിന്ന് പോയിത്തുടങ്ങുന്നതിന്റെയും ആത്മവിശ്വാസവും

സംതൃപ്തിയും കൈവരുന്നതിന്റെയും സൂചനകൾ 'ഭാവശൃംഖല' (1951) മുതലുള്ള സമാഹാരങ്ങളിലെ കവിതകളിലുണ്ട്. 'നേരും നെറി'യുമുള്ള കർഷകൻ ജീവിതത്തിന്റെ 'ചളിപ്പാടങ്ങൾ' ചുവട്ടിക്കുഴച്ച് 'നാളെ'യുടെ വിത്ത് വിതയ്ക്കാൻ ഒരുങ്ങുന്നു. വിളകൾ വിളയാകുമോ പതിരാകുമോ എന്ന ഭയം കവിത പങ്കിടുന്നു. ലോകജീവിതത്തെക്കുറിച്ചുള്ള സാക്ഷാൽ 'ജഗൽപിതാവി'ന്റെ ഉദാത്തമായ ഉൽക്കണ്ഠയുമായി അതിനെ തുലന പ്പെടുത്തുകയും ചെയ്യുന്നു! (ഹൃദയാങ്കുരം, 1954). കർഷകന്റെ കവിത, മണ്ണിന്റെ മനോരാജ്യം, മണ്ണിന്റെ പാട്ടുകാരൻ, നമുക്ക് കർഷകരാവുക, കുടിലിലെ കല- 'മണ്ണ്'മായുള്ള ആത്മൈക്യം ശീർഷകങ്ങൾ ഉറക്കെ ധരിപ്പിക്കുന്നുണ്ട്. മണ്ണും കവിതയുമായുള്ള ജൈവബന്ധമാണ് 'മണ്ണ്' വിഭാഗത്തിലെ കവിതകളിലൂടെ സ്ഥാപിക്കപ്പെടുന്നത്. സൂക്ഷ്മവായന ജൈവബന്ധത്തിന്റെ ദൃഢതയും വ്യാപ്തിയും വ്യക്തമാക്കുക തന്നെ ചെയ്യും. കർഷകന്റെ തൂമ്പയും കവിയുടെ തൂവലും ഒന്നിനോടൊന്ന് പുണരുന്നതിനെക്കുറിച്ചും മണ്ണും കവിതയും ചേർന്ന് ഒരൊറ്റ നിരപ്പിൽ സമത്വം വിളയിക്കുന്നതിനെക്കുറിച്ചുമുള്ള ഉൽകണ്ഠകൾ, കിനാവുകൾ- ഇവയുടെ ജൈവിക സ്വഭാവം സമകാലിക കവിതയുടെ പശ്ചാത്തല ത്തിൽ ഏറെ പ്രസക്തമാണ്. കവിതയ്ക്ക് ഇന്ന് നഷ്ടപ്പെട്ട ജൈവിക ഗുണങ്ങളെ വീണ്ടെടുക്കാൻ 'മണ്ണി'ൽ ഉൾപ്പെടുന്ന കവിതകളുടെ സൂക്ഷ്മ വായനകൊണ്ട് ഒരുപരിധിവരെ കഴിഞ്ഞേക്കും.

വിണ്ണ്

മണ്ണിൽ ഇഴഞ്ഞ് ജീവിക്കുന്ന കീട ജീവിതം മാത്രമല്ല വി.വി.കെ കവിതകളുടേത്. മണ്ണിലെന്നത് പോലെ വിണ്ണിലും കവിതകൾക്ക് ജീവി തമുണ്ട്. ഒരുവിധത്തിലുള്ള 'ഉഭയജീവിതം' എന്ന് ഇതിനെ വിളിക്കാം. 'മണ്ണും വിണ്ണും' എന്നത് വി.വി.കെ കവിതകളിൽ ആവർത്തിക്കപ്പെടുന്ന ഒരു ശൈലീപ്രയോഗമാണ്. ആകാശ ജീവിതങ്ങൾ സ്വപ്നലോകത്തെ അനുസരിക്കുന്നു. ഒരു പൂർണ്ണ സ്വത്വത്തിന്റെ അപൂർണ്ണങ്ങളായ രണ്ട് വിഭാഗങ്ങളായി, പകുക്കപ്പെട്ട നിലയിൽ മണ്ണും വിണ്ണും കവിതകളിൽ വേറിട്ട് നിലനിൽക്കുന്നു. കീഴെ ഭൂമി, മേലെ ആകാശം. മണ്ണിനെക്കുറിച്ച് പറയുന്നിടങ്ങളിൽ, വിണ്ണ് ഓർമ്മിക്കപ്പെടുന്നത് സ്വാഭാവികം. കീടജന്മ ങ്ങൾക്ക് ഒരു നാൾ ഇവിടെ ചിറക് മുളക്കുന്നു. മണ്ണ് പുരണ്ട വാക്കുകൾ ക്ക് പകരം മഴവിൽ വർണ്ണങ്ങളും പുഷ്പ സുഗന്ധങ്ങളും പദാവലികളെ അലങ്കരിക്കുന്നു. സ്വപ്ന ഭാവന കവിതയെ അകലങ്ങളിലേക്കും ഉയരങ്ങ ളിലേക്കും എത്തിക്കുന്നു. നിശ്ശബ്ദതകൾ, ആദ്യമായി ശബ്ദിച്ചു തുടങ്ങുന്നു. ശൂന്യതയ്ക്ക് രൂപവും വടിവുമുണ്ടാകുന്നു. മണ്ണിലെ ഗുരുത്വ കേന്ദ്രം കവിതയ്ക്ക് നഷ്ടമാവുന്നു. ആകാശചാരിത്വം, കവിതക്ക് ഒരു നഷ്ടസ്വർഗ്ഗത്തിന്റെ

വീണ്ടെടുക്കലായിത്തീരുന്നു. മണ്ണിൽ നിന്ന് വിണ്ണിലേക്കുള്ള ദൂരമെത്ര?. ആദ്യ സമാഹാരമായ 'സുവർണ്ണ മേഖല' (1946) യിലെ കവിതകളെ (1932നും 1945നും ഇടയിൽ രചിച്ചവ) വി.വി.കെ കവിതകളുടെ 'പ്രോട്ടോടൈപ്പ്'കളായി (ആദിമ മാതൃകകൾ) കാണാം. മണ്ണിൽ നിന്ന് വിണ്ണിലേക്കുള്ള അകലം ഒരു കവിതയിൽ നിന്ന് മറ്റൊന്നിലേക്കുള്ളത് മാത്രമാണെന്ന് 'ആദിമമാതൃക'കൾ ബോധ്യപ്പെടുത്തുണ്ട്. 'പാവപ്പെട്ട പൈതൽ' (1932) മുറ്റത്ത് മണ്ണിൽ കിടന്ന് അമ്മയെ കാണാതെ തനിച്ച് വിശന്ന് കരയുന്നു. ഏതാണ്ട് അതേ സന്ദർഭത്തിൽ എഴുതിയ 'പ്രേമഗായിക' (1933) 'നിലമന്മഥനെ' കാത്ത് അരുവിക്കരയിൽ പൂമാലയുമായി തന്നെത്തന്നെ മറന്ന് കിനാവിൽ മുഴുകിയിരുന്നു. ഷെല്ലിയുടെ കാല്പനിക പ്രണയഗീതം സ്വന്തം ആത്മഗീതമായി 'എങ്കിൽ' (1933) എന്ന കവിതയിൽ പുനർജ്ജനിക്കുന്നു. വിണ്ണിൽ നിന്നുള്ള കവിതയുടെ താല്ക്കാലികമായ വിച്ഛേദം വീണ്ടും അറിയിക്കുകയാണ് 'അഴലിന്റെ നിഴലിൽ' (1935). മണ്ണിലെ അനുഭവത്തിൽ നിന്ന് ചീന്തിയെടുക്കപ്പെട്ട ഒരേടാണത്. 'കാവ്യലോലനായ' മുതലാളിയുടെ വാക്ക് കൊണ്ട് ചതിക്കപ്പെട്ട പ്രേമവഞ്ചനക്ക് വിധേയയായ സ്ത്രീ തെരുവിൽ പിച്ചതെണ്ടുന്നു. അക്കാലത്തെന്നപോലെ ഇന്നും, ഇത് സമൂഹത്തിന്റെ മുന്നിൽ നിരവധി ചോദ്യങ്ങൾ ഉയർത്തുന്നുണ്ട്. 'ഗന്ധവാഹനനും', സുഗന്ധ പുഷ്പങ്ങളും തേനുണ്ണുന്ന വണ്ടുകളും ആമ്പൽപ്പൂമൊട്ടുകളും കടക്കൺ നോട്ടങ്ങളും ഒത്തുചേർന്നുണ്ടാകുന്ന ഒരു നിശ്ശബ്ദ പ്രണയനാടകം 'മധുചന്ദ്രിക'യിൽ (1934) ആകാശത്ത് അരങ്ങേറുന്നു. ഭൂമിയിലെ നിലവിളികൾ അവസാനിക്കില്ലെന്ന് 'തപ്താശ്രു' (1936)വിലെ യാചകന്റെ ശബ്ദം വീണ്ടും ഓർമ്മിപ്പിക്കുന്നു. അയാൾക്ക് നേരെയുള്ള 'തറവാട്ടമ്മ'യുടെ രോഷം, കവിതയിലെ ബാലികയുടെയും കവിയുടെയും സങ്കടങ്ങളെ തീവ്രമാക്കുന്നു. കടൽക്കരയിൽ (1935) എന്ന കവിതയിൽ നിന്ന് ചക്രവാളത്തിനപ്പുറത്തേക്ക് പോകാൻ ഒട്ടും വിഷമം അനുഭവപ്പെടുകയില്ല. സന്ധ്യയിൽ കാവിവസ്ത്രം ധരിച്ച ബ്രഹ്മചാരിയെ സങ്കല്പിക്കാനും, ബ്രഹ്മചര്യം മുടക്കാനെത്തുന്ന പ്രേമോന്മാദിനിയെ ഉദിച്ച് തുടങ്ങുന്ന ചന്ദ്രികയിൽ ആരോപിക്കാനും നിലാവിന്റെ വെൺമയിൽ മുല്ലപ്പൂ ഭംഗി കണ്ടെത്താനും തിരകളുടെ നുരകളിൽ കടലിന്റെ പൊട്ടിച്ചിരി കേൾക്കാനും 'കടൽക്കരയിൽ' എന്ന രചനക്ക് ഏതാനും വാക്കുകൾ കൊണ്ട് കഴിയുന്നു. അമൃതഗംഗ, പ്രേമനിർവൃതി, ആത്മസൗരഭം, അനശ്വരഗാനം, രാഗരംഗം, മധുരസ്മരണ, കാമുകനിശ്വാസം, സ്നേഹമുദ്ര, സ്നേഹബിന്ദു.... 'മണ്ണി'ലെ ജീവിതങ്ങൾക്ക് അന്യമായ ആകാശലോകത്തെ വിശേഷങ്ങൾ അറിയിക്കാൻ 'വിണ്ണ്' വിഭാഗത്തിൽ ഉൾപ്പെട്ട കവിതകൾ തിടുക്കം കൂട്ടുകയാണ്.

ശീർഷകങ്ങൾ കൃത്യമായ സൂചനകൾ നൽകുന്നുണ്ട്. തികച്ചും വ്യക്തിപരങ്ങളായ ആദ്യകാല കവിതകളിലെ കാല്പനികാനുഭവങ്ങൾ പില്ക്കാലത്ത് സാമൂഹികമായ സ്വപ്നാനുഭവങ്ങളായി പരിവർത്തനം ചെയ്യപ്പെടുന്നത് 'വിണ്ണി'ൽ ഉൾപ്പെട്ട കവിതകൾക്കുണ്ടായ ഗുണപരമായ പരിണാമത്തെ കാണിക്കുന്നു. സ്നേഹത്തിന്റെ പുത്തരിയും സ്നേഹഭാഷയും (1961) ഒന്നാന്തരം പരിണാമ മാതൃകകളാണ്. വ്യക്തിസ്വപ്നങ്ങൾ സാമൂഹിക സ്വപ്നങ്ങളായി മാറാനും മാറ്റിത്തീർക്കാനും ഉള്ളതാണെന്നത് വി.വി.കെയുടെ കവിതാ ജീവിതം പഠിപ്പിക്കുന്ന സവിശേഷ പാഠമാണ്. 'മണ്ണി'ന്റേതിനൊപ്പം 'വിണ്ണി'ന്റെ അനുഭവങ്ങൾ കൂടിച്ചേരുമ്പോഴുണ്ടാകുന്ന 'കൂട്ടുകവിത'കളാണ് തന്റേതെന്ന ആശയം പല കവിതകളും പങ്കുവെക്കുന്നുണ്ട്. 'ഒരു കൂട്ടുകവിത' (1957) പ്രത്യക്ഷ മാതൃകയായുമുണ്ട്. പിൽക്കാലത്ത് 'എന്റെ കവിത' എന്ന് കൂട്ടുകവിതക്ക് പേര് മാറ്റമുണ്ടായി (1961) വി.വി.കെ. യുടെ തിരഞ്ഞെടുത്ത കവിതകളുടെ ശീർഷകം 'എന്റെ കവിത' എന്നായത് ഒട്ടും യാദൃച്ഛികമല്ല. ഗ്രീക്ക് ദേവനായ യൂറാനസ്സിനെപ്പോലെ മണ്ണിന്റെ മകനായി ജനിക്കുകയും വിണ്ണിന്റെ രക്ഷകനായി തീരുകയും ചെയ്യുന്നതിലെ വൈരുദ്ധ്യകല്പന വി.വി.കെ കവിതക്ക് ശക്തിയും സൗന്ദര്യവും ഒരേ സമയം അവകാശപ്പെടാൻ അവസരമൊരുക്കുന്നുണ്ട്.

വേര്

കവിതയുടെ പൈതൃകമാണ് 'വേര്' അന്വേഷിക്കുന്നത്. സംസ്കാരത്തിന്റേയും. മണ്ണിൽ ജീവിതങ്ങൾക്കും വിണ്ണിൽ സ്വപ്നങ്ങൾക്കും വേരിനെ ആശ്രയിച്ചാണ് നിലനില്പ്. ജീവധർമ്മങ്ങൾക്കെല്ലാം വേരാണ് ആധാരം. നൈസർഗ്ഗികവും ജൈവികവുമായ ഗുണങ്ങളെല്ലാം പരമ്പരാഗതമായി പകർന്നു കിട്ടുന്നത് വേരിലൂടെ. മണ്ണിൽ മുളക്കാനും വിണ്ണിൽ പറക്കാനും കവിതയെ പ്രാപ്തമാക്കുന്നത് പാരമ്പര്യത്തിന്റെ അടിവേരുകൾ പാരമ്പര്യത്തിൽ നിന്ന് തള്ളേണ്ടത് എന്ത്? കൊള്ളേണ്ടത് ഏത്? അന്വേഷണങ്ങളും കണ്ടെത്തലുകളുമാണ് 'വേര്' വിഭാഗത്തിൽ ഉൾപ്പെട്ട കവിതകൾ. വ്യാസൻ, വാല്മീകി, കാളിദാസൻ, എഴുത്തച്ഛൻ, കുമാരനാശാൻ വള്ളത്തോൾ, ടാഗോർ- വി.വി.കെ കവിത പൈതൃകമായി കടപ്പെട്ടിരിക്കുന്നത് സവിശേഷ മാതൃകകളോടാണ്. പല്ലനയാറ്റിൻ തീരത്തെ അന്ത്യവിശ്രമസ്ഥാനം, ആശാൻ സ്മരണ പുതുക്കാനുള്ള സന്ദർഭം ഒരുക്കുക മാത്രമല്ല, മഹാകവിയുടെ കാവ്യദർശനത്തെക്കുറിച്ചുള്ള പര്യാലോചനകളാണ് 'ശാന്തികുടീര'ത്തെ (1940) സമകാലികമാക്കി മാറ്റുന്നത്. കവിയുടെ ഹൃദയസ്പർശം ഏല്ക്കാത്തതൊന്നും കവിതയാവില്ലെന്നും ജീവിത വിമർശനമാണ് രചയിതാവിനെ കവിയുടെ പദവിയിലേക്ക്

ഉയർത്തുന്നതെന്നുമുള്ളത് ആശാൻ കവിതയുടെ പാഠമാണ്. 'ശാന്തികുടീര'ത്തിൽ ആശാന്റെ ജീവിത വിമർശപാഠം ഓർമ്മിക്കപ്പെടുന്നു. ഹൃദയം ചേരാത്ത സുന്ദരഗാനത്തേക്കാൾ മൗനമാണ് അഭികാമ്യമെന്ന് രണ്ട് പതിറ്റാണ്ടിന് ശേഷം മറ്റൊരു കവിതയിൽ ഇതേ (അനർഘ നിമിഷം, 1956) പാഠം ഓർമ്മപ്പെടുത്തുന്നു. ഹംസ മിഥുനങ്ങളും പച്ചപ്പുൽമേടുകളും വൃക്ഷച്ചുവടുകളും ചേർന്നൊരുക്കുന്ന മാലിനി തീരത്തെ പ്രേമനാടകം സൂക്ഷ്മമായി വാക്കുകളുടെ ചെപ്പിലൊതുക്കിയിരിക്കുന്ന 'ആ അന്തർന്നാടകം' (1957). കാളിദാസന്റെ 'കാവ്യസംസ്കാരത്തെ തേനിൽച്ചാലിക്കും' ലാവണ്യ ദർശനമാണ് കവിതയിൽ അനുസ്മരിക്കപ്പെടുന്നത്. ഉജ്ജയിനിയുടെ ഐശ്വര്യക്കാഴ്ചകളും ചക്രവർത്തിമാരുമെല്ലാം 'കെട്ടുപോയിട്ടും കാളിദാസ തൂലിക വിരചിച്ച കാവ്യസൗന്ദര്യം മാത്രം കാലം ചില്ലിലിട്ട് സൂക്ഷിക്കുന്നു. അധികാര ഭയം തീണ്ടാതെ തൂലിക ചലിപ്പിക്കുമ്പോഴാണ് കവി കർമ്മം സഫലമാകുന്നത്. (തൂലിക 1957) ആശാന്റെയും വള്ളത്തോളിന്റെയും കാവ്യലോകങ്ങളുടെ സമഗ്രാവലോകനങ്ങളാണ് യഥാക്രമം 'പുഷ്പാഞ്ജലി' യും (1947) കൈരളീ പുളക'വും (1954). വീണപൂവ് മുതൽ ദുരവസ്ഥവരെയുള്ള ആശാൻ കൃതികളുടെ ആസ്വാദനപരമായ വിലയിരുത്തൽ 'പുഷ്പാഞ്ജലി'യെ ആശാൻ നിരൂപണത്തിന്റെ കാവ്യരൂപ മാതൃകയാക്കി മാറ്റുന്നു. സപ്തതി ആഘോഷ വേളയിലെ മംഗളാശംസയായാണ് 'കൈരളീ പുളകം' ഉദ്ദേശിക്കപ്പെട്ടിട്ടുള്ളതെങ്കിലും വള്ളത്തോളിന്റെ കവിതാ സപര്യയും ഇതര കലാ- സാംസ്ക്കാരിക പ്രവർത്തനങ്ങളുമെല്ലാം സൂക്ഷ്മമായി കവിതയിൽ സംഗ്രഹിക്കപ്പെട്ടിരിക്കുന്നു. വള്ളത്തോളിന്റെ വിയോഗം കേരളീയ കലാസാംസ്ക്കാരിക ജീവിതങ്ങളിലേല്പിച്ച ആഘാതത്തേയും അനാഥത്വചിന്തയേയും തീവ്രവും സാന്ദ്രവുമായ വാക്കുകളിൽ സംക്ഷേപിക്കുന്നു. 'ധന്യവാദം' (1955). എഴുത്തച്ഛൻ പൂർത്തീകരിച്ച കവിതാദൗത്യത്തിന്റെ സ്വഭാവം 'ഗാനാർച്ചന' (1962)ക്ക് വിഷയമാകുന്നു. സാംസ്കാരികൗന്നത്തിലേക്ക് ഒരു ജനതയെയാകെ ഉയർത്താൻ ഭക്തിരസത്തെ കവിതയിൽ കേന്ദ്രസ്ഥാനത്ത് പ്രതിഷ്ഠിച്ചു. ഭാഷയുടെയും സാഹിത്യത്തിന്റെയും കലയുടെയും സൗന്ദര്യമണ്ഡലങ്ങൾക്ക് മീതെ ഭക്തിരസത്തിന്റെ അധീനത ഉറപ്പിക്കുകയാണ് എഴുത്തച്ഛൻ ചെയ്തത്. 'ഗാനാർച്ചന' ഈ സത്യം വ്യക്തമായി മറയില്ലാതെ പറയുന്നു. പരമ്പരാഗതവും നവീനവുമായ സാംസ്ക്കാരിക ധാരകൾ ടാഗോർക്കവിതകളിൽ ഒന്നിക്കുന്നത് 'കവി പൂജ' എന്ന കവിതയിൽ സൂക്ഷ്മമായി നിരീക്ഷിക്കപ്പെടുന്നു. വ്യാസൻ, കാളിദാസൻ, വാല്മീകി ഇവരിൽ നിന്ന് ആർജ്ജിച്ച സാംസ്ക്കാരിക ഈടുവെപ്പുകളും സൗന്ദര്യദർശനവും ടോഗോറിന്റെ കാവ്യധാരയിൽ ലയിച്ചുചേരുന്നു. കവിപൂജ

പിന്തുടരുന്നത് ആർജ്ജിത സാംസ്കാരിക പാരമ്പര്യത്തിന്റെ നിഭൃത സത്തയെയാണ്. പൗരസ്ത്യ സംസ്കാര പൈതൃകത്തിന്റെ അപൂർവ്വമാതൃകയായി ടാഗോറിനെ കണ്ടെത്താനും, അംഗീകരിക്കാനും പാശ്ചാത്യ ചിന്ത നിർബന്ധിക്കപ്പെട്ടു- 'കവിപൂജ' വിശദമാക്കുന്നു. 'വേര്' വിഭാഗത്തിൽ ഉൾപ്പെട്ട ഓണക്കവിതകൾ വായനയുടെ പ്രത്യേക പരിഗണന അർഹിക്കുന്നുണ്ട്. ദേശം, ഭാഷ, സംസ്കാരം, ഇവയുടെ അടിവേരുകൾ കണ്ടെത്താനുള്ള സന്ദർഭമായാണ് ഓണാഘോഷത്തെ കാണുന്നത്. കേരളീയ പൈതൃകത്തിന്റെ മാഞ്ഞു പോകാത്ത അടയാളമായി ഓണം വി.വി.കെയുടെ കവിതാജീവിതത്തിൽ ആവർത്തിച്ചെത്തുന്നു. പ്രകൃതിയിലും സമൂഹത്തിലും പുരാവൃത്തങ്ങളിലും പതിഞ്ഞ ഓണത്തിന്റെ കാല്പ്പാടുകളെ മറവിയുടെ പാതാളപ്പടവുകളിൽ കവിത തിരയുന്നു. ഓണം അല്ല ഏകാദശി, പൊന്നോണം, കിനാവിന്റെ കടങ്കഥ, 'മോഹനകാവ്യം തിരുവോണം' സദ്യയ്ക്ക് മുന്നിൽ, അന്നത്തെ സർവ്വോദയം വ്യത്യസ്തകാലങ്ങളിലുണ്ടായ ഈ രചനകളെല്ലാം ചേർന്ന് ഓണത്തിന്റെ ഒരു മഹാഖ്യാനം 'വേര്' വിഭാഗത്തിൽ രൂപപ്പെടുന്നുണ്ട്. ഓണ പ്രകൃതിയുടെ നൈസർഗ്ഗിക ഭംഗികളും സാമൂഹ്യ സമത്വ സ്വപ്നങ്ങളും പുരാവൃത്ത നൈതികപാഠങ്ങളും ഓണക്കവിതകളിൽ ചാക്രികതാളത്തിൽ ആവർത്തിക്കപ്പെടുന്നു. പരമ്പരാഗതമായി പിന്തുടരുന്ന പഞ്ചാംഗത്തേയും അതിന്റെ ചാക്രിക യുക്തിയേയും തിരുത്തി ചരിത്രപുരോഗതിയെയും സമത്വസങ്കല്പത്തെയും അടിസ്ഥാനമാക്കി ഓണ സ്വപ്നങ്ങൾ പുനരാനയിക്കപ്പെടുക തന്നെ വേണമെന്ന് ഓണക്കവിതകൾ ആഗ്രഹിക്കുന്നു. അതിൽ ആശ്വാസം കണ്ടെത്താൻ ശ്രമിക്കുകയും ചെയ്യുന്നു.

സ്വാതന്ത്ര്യം

സ്വാതന്ത്ര്യത്തെക്കുറിച്ചുള്ള ഗാഥകളാണ് ഇവിടെ ഉള്ളടക്കം. സ്വാതന്ത്ര്യ സമരവും ദേശീയപതാകയും മഹാത്മാഗാന്ധിയും ശ്രീനാരായണ ഗുരുവും കലാപ്രവർത്തനവും ഐക്യ കേരളപ്പിറവിയും അഹിംസയും ബാല്യകാലവും കവിതക്ക് വിഷയമാകുന്നു. കേവലമായ ഒരു ആശയമല്ല സ്വാതന്ത്ര്യമെന്നും ജീവത്തായ അനുഭവമാണതെന്നും കവിതകളിലൂടെ തെളിയുന്നു. ജീവിതത്തെയും മരണത്തെയും നിർണ്ണയിക്കുന്ന പോരാട്ടത്തിന്റെ വ്യത്യസ്ത വഴികളായി കവിതകളെ കാണാവുന്നതാണ്. സ്വാതന്ത്ര്യം എന്ന പദത്തിന് അഹിംസ എന്നും, ഗാന്ധിജി എന്നും ശ്രീനാരായണനെന്നും പഴശ്ശിപ്പെരുമാൾ എന്നും കേരളപ്പിറവി എന്നും ബാല്യകാലം എന്നും പല അർത്ഥങ്ങൾ കവിതകൾ കണ്ടെത്തുന്നു. അഹിംസ ആവർത്തിച്ച് ഉരുവിടാനുള്ള മന്ത്രമല്ലെന്നും, പാലിക്കേണ്ട ജീവിതചര്യയാണെന്നും ഓർമ്മപ്പെടുത്തുന്നു. സ്വാതന്ത്ര്യം

നേടിയെടുക്കേണ്ട മഹിതലക്ഷ്യം മാത്രമല്ലെന്നും, മക്കൾ പാലിക്കേണ്ട കർത്തവ്യം കൂടിയാണെന്നും കൂട്ടിച്ചേർക്കുന്നു (കർത്തവ്യം 1954). മണ്ണിൽ അദ്ധ്വാനിക്കുന്നവന്റെയും കലയെ സൃഷ്ടിക്കുന്നവന്റെയും മുന്നുപാധിയാണ് സ്വാതന്ത്ര്യം (വീരശൃംഖല 1953). ജാതിത്തുറുങ്കുകൾ തകർത്ത് സാമൂഹ്യസമത്വവും സാഹോദര്യവും സ്ഥാപിക്കാൻ ശ്രീനാരായണനെ ത്തുണച്ച ഉദാത്ത ചിന്തയാണ് സ്വാതന്ത്ര്യം (ഗുരു പൂജ 1947). മനുഷ്യ ന്റെയും മറ്റ് ജീവജാലങ്ങളുടെയും ജന്മാവകാശമാണ് സ്വതന്ത്ര്യമെന്ന തത്വം, കവിതകളിൽ അന്തർധാരയായുണ്ട്. 'ഏത് ധനത്തിനും മീതെ, ഏത് സുഖത്തിനും മീതെ, മാതൃപതാകയെക്കാത്തീടും ഞങ്ങൾ' എന്ന് 'മാതൃപതാക'യെ മുൻനിർത്തി പ്രതിജ്ഞയെടുക്കുന്നത് (മാതൃപതാക, 1939) ബ്രിട്ടീഷ് രാജ്ഞിയുടെ സിംഹാസനത്തിന്റെയും, സാമ്രാജ്യത്വ പതാകയുടെയും നിഴൽലിൽ. മംഗളസ്തുതികൾക്ക് പകരം, അഭിവാദ്യഗാ ഥകൾ, സാസ്ക്കാരികവും രാഷ്ട്രീയവുമായ മാറ്റങ്ങളുടെ സൂചകങ്ങളാണ്. 'മാമൂലിന്റെ മർക്കടമുഷ്ടിയിൽ മനുഷ്യൻ മനുഷ്യനായല്ലാതെ മരിക്കു ന്നു. ഞാനെങ്ങനെ ഇത് കണ്ട് സഹിക്കും?' ഭാരതത്തിന്റെ ചോദ്യം, കവിതയിൽ ഉത്തരം തേടുന്നു (ഭാരതം ചോദിക്കുന്നു, 1947). ആത്മവീര്യം തുടിക്കുന്ന രക്തസാക്ഷികളെയും മുക്ത ഭാരതത്തേയും അഭിവാദ്യം ചെയ്യാനുള്ള രാഷ്ട്രീയ സന്ദർഭമാക്കി ആഗസ്റ്റ് പതിനഞ്ച് വിനിയോ ഗിക്കപ്പെടുന്നു (സ്നേഹശാസനം, 1958). ആയുധമെടുക്കുന്നവനെ ആയുധം നശിപ്പിക്കുമെന്ന കവിതയുടെ ശാസനക്ക്, ഇന്ന് സാർവ്വദേ ശീയ പ്രസക്തി കൈവന്നിട്ടുണ്ട്. ആണവയുഗത്തിന്റെ നീതിബോധം പ്രാകൃതമായതാണെന്ന്, സ്വാതന്ത്ര്യഗാഥകൾ ആവർത്തിച്ച് പാടുന്നു. ദയയുടെയും സ്നേഹത്തിന്റെയും നന്മയുടെയും ധർമ്മത്തിന്റെയും നിഴലു കളായി ക്രൂരതയും സ്വാർത്ഥതയും തിന്മയും അധർമ്മവും വർത്തമാനകാ ലത്തെ പിന്തുടരുന്നു. നാടിന്റെ മോചനത്തിന് സ്വന്തം രക്തത്തിന്റെയും കണ്ണീരിന്റെയും വില ജനസമൂഹത്തിന് നൽകേണ്ടി വരുന്നു- പണ്ടെന്ന പോലെ ഇന്നും. 'ഗീതോപദേഷ്ടാവിനും' 'ബൈബിളിൽ കർത്താവിനും' ലോകം സൽക്കാരം നൽകിയത് കുരമ്പിനാലും കരിശിനാലും! രാഷ്ട്ര പിതാവിന് 'വെടിയുണ്ട സമർപ്പിച്ച്' ഇന്ത്യയും സ്വന്തം പുരോഗതി ലോകസമക്ഷം തെളിയിച്ചു! (ദുർന്നയോൽഗാരം, 1954). സ്വന്തം ബലിവേദിയിൽ ഹിംസ ഒരുക്കുന്ന ബലികർമ്മത്തിന് ശേഷമാണ് അഹിംസയുടെ പാഠം പഠിക്കപ്പെടുക. ചരിത്രാനുഭവങ്ങളിൽ നിന്നുള്ള ഉൾക്കാഴ്ചകൾ, സ്വാതന്ത്ര്യഗാഥകൾക്ക് കരുത്തും സൗന്ദര്യവും പകരുന്നു. ഐക്യകേരളത്തിന്റെയും (സൗജന്യകേദാരം 1951, മരതകമാല 1956) രാഷ്ട്രത്തിന്റെ സമ്പത്തുകളായ കുട്ടികളുടെയും (അജ്ഞാത രത്നങ്ങൾ,

1951) പിറവിക്ക് വിജയാശംസകൾ നേരുന്ന കവിതകൾക്കൂടി ഉൾപ്പെട്ടു മ്പോഴാണ് മനുഷ്യന്റെ സർഗ്ഗചേതനാ സംസ്ക്കാരം മണ്ണിലും വിണ്ണിലും അതിജീവിക്കപ്പെട്ടുമെന്ന ഉറച്ച ബോദ്ധ്യം വായന വീണ്ടെടുക്കുന്നത്.

സ്വത്വം

സ്വത്വത്തെക്കുറിച്ചുള്ള അന്വേഷണങ്ങളാണ് ഇവിടെ ഉൾപ്പെടു ത്തിയ കവിതകൾ. കവിതയുടെ ആത്മബോധമാണ് സ്വത്വം. ചരിത്രവും സമൂഹവും സംസ്ക്കാരവും രാഷ്ട്രീയവും സ്വത്വത്തെ നിർണ്ണയിക്കുന്നു. കവിത എന്താണ്? എന്തിനാണ്? എങ്ങനെയാണ്? കവിതയുടെ ആത്മവ ത്തയെ നിർവ്വചിക്കുന്നത് സ്വത്വമാണ്. രചനാപരവും ഭാവുകത്വപരവു മായ വിച്ഛേദങ്ങൾക്കും കുതിപ്പുകൾക്കും വി.വി.കെ. കവിതയെ പ്രാപ്തമാ ക്കുന്നത്'സ്വത്വ' വിഭാഗത്തിലെ കവിതകളാണ്. യാഥാർത്ഥ്യത്തിന്റെയും സങ്കല്പത്തിന്റെയും തലങ്ങളോടൊപ്പം, ദാർശനികതയുടെ ഒരു തലവും കവിതകൾക്കുണ്ടെന്നതിന്റെ തിരിച്ചറിവാണ് 'സ്വത്വം'. ഹൃദയ പുഷ്പം (1941), സന്ധ്യാ സൗന്ദര്യം, ഗ്രാമീണ സന്ധ്യ, സങ്കല്പകാമിനി, ചക്രവാളം (1947)- സ്വത്വത്തിന്റെ 'ആദിമമാതൃക'കളാണ് ഇവയെല്ലാം. പ്രാസഭ്രമവും ശബ്ദസൗന്ദര്യത്തോടുള്ള ആഭിമുഖ്യവും സ്വാതന്ത്ര്യപ്രാപ്തിക്ക് മുൻപുള്ള ആദ്യകാലരചനകളുടെ സ്വത്വമുദ്രകളാണ്. വള്ളത്തോൾ കവിതകളിൽ നിന്ന് പകർന്ന് കിട്ടിയ ശീലങ്ങൾ സ്വത്വരൂപീകരണത്തെ സ്വാധീനിച്ച ഘടകങ്ങളാണ്. രചനാ സൗന്ദര്യത്തിൽ കാണിക്കുന്ന നിഷ്കർഷ കേവലം ഭാവുകത്വപരമായതല്ലെന്നും പ്രത്യയശാസ്ത്രപരമായത് കൂടിയാ ണെന്നും കാണാൻ സമകാലികവായന സന്നദ്ധമാവേണ്ടതുണ്ട്. ആദ്യ ഘട്ടത്തിലെ കവിതകളിൽ (തൊള്ളായിരത്തി അമ്പതിന് മുമ്പുള്ളത്) എന്തുകൊണ്ട് വ്യക്തിസ്വത്വങ്ങൾ മുൻനിർത്തപ്പെടുന്നു? ആവർത്തിക്ക പ്പെടുന്നു? ശബ്ദാഡംബരങ്ങളിലും കല്പനാ സൗന്ദര്യങ്ങളിലും മുഴുകാൻ വ്യക്തിസ്വത്വങ്ങളെ സ്വാധീനിക്കുന്ന ശക്തികളേത്? - കവിതകളുടെ സൂക്ഷ്മവായന ദാർശനികവും രാഷ്ട്രീയവുമാവേണ്ടത് ആവശ്യമാണ്. മാത്രമല്ല 'ജ്ഞാനമാമഞ്ജനം' ഉൾക്കണ്ണിലെഴുതിയവനേ കവിതയെ പ്രാപിക്കാൻ യോഗ്യത നേടുന്നുള്ളൂവെന്ന് പറയുന്നത് (ഹൃദയപുഷ്പം) ശബ്ദഭംഗിയിൽ നിന്ന് ദാർശനികമായ അകലം പാലിക്കുന്നതിന്റെ ആദ്യ നിദർശനവുമാണ്. എങ്കിലും പ്രകൃതിയുടെ നൈസർഗ്ഗിക ഭംഗികളുടെ സ്വാഭാവികമായ തുടർച്ചകൾ തന്നെയായി ആദ്യകാലകവിതകളെ കാണാൻ മടിക്കേണ്ടതില്ല. കവിത വിരിയുന്നത് കൊണ്ടാണ് പ്രകൃതി യിൽ വസന്തം ഉണ്ടാകുന്നത്. പ്രേമം സായൂജ്യമടയുന്നത്. വണ്ടിൻ കൂട്ടം തേൻ കുടിക്കുന്നത്. പക്ഷികൾ പാടുന്നത്... സൗരയൂഥത്തിന് പോലും അഴക് നല്കുന്നത് കവിതയുടെ ആത്മതേജസ്സാണ് - 'ഹൃദയപുഷ്പം'

മുതലുള്ള കവിതകളിൽ ആവർത്തിക്കപ്പെടുന്ന പരികല്പനകൾ വ്യക്തി സ്വത്വത്തിന്റെ ന്യായീകരണങ്ങളാണ്. ആശാൻ പൈതൃകത്തിൽ നിന്ന് ഉൾക്കൊണ്ട വെളിച്ചങ്ങളാണ് ദാർശനികമായ ഔന്നത്യങ്ങളുടെയും ആഴങ്ങളുടെയും അന്വേഷണങ്ങൾക്ക്, വി.വി.കെ കവിതയെ പ്രേരിപ്പിച്ചത്. സ്വതന്ത്രവും സർഗ്ഗാത്മകവുമായ ഒരു 'സാമൂഹ്യസ്വത്വസങ്കല്പം' കവിതകളിലൂടെ വിഭാവനം ചെയ്യപ്പെട്ടു. ആദ്യകാലത്തെ വ്യക്തി പരികല്പനകൾ, വിച്ഛേദിക്കപ്പെടുകയോ പരിവർത്തിക്കപ്പെടുകയോ ചെയ്തു. വ്യക്തിതലത്തിൽ നിന്ന് സാമൂഹ്യതലത്തിലേക്കുള്ള സ്വത്വപരിവർത്തനം ഗുണപരമായ പരിണാമമാണ്. പ്രത്യക്ഷ മാതൃകകളായി 'സ്വത്വ' വിഭാഗത്തിലുൾപ്പെട്ട അമ്പതുകൾക്കുശേഷം രചിച്ച കവിതകൾ വായിക്കാം. പ്രകൃതി, കാലം, ജീവിതം, സുഖദുഃഖങ്ങൾ ഇവ സാമൂഹ്യാനുഭവങ്ങളാണെന്ന അവബോധം, 'ഹൃദയബാഷ്പ'ത്തിന്റെ രചനയിൽ ബീജരൂപത്തിലുണ്ട്. സ്വത്വ പരിണാമത്തെ, സാമൂഹികവും ചരിത്രപരവുമായ ഒരനുഭവകഥയാക്കി അതിൽ പരിവർത്തിപ്പിച്ചിരിക്കുന്നു. കലിംഗയുദ്ധത്തിൽ മാത്രമല്ല, കവിതയുടെ ലോകത്തിലും അറിയപ്പെടാത്ത ആളുകളുടെ രക്തസാക്ഷിത്വങ്ങളും കഷ്ടദുരിതങ്ങളും കണ്ണീരുമെല്ലാമാണ് 'ഒരാളുടെ ജയപതാക പാറുവാൻ' വിലയായി നല്കേണ്ടി വരുന്നത്! അതിനാൽ 'നിണം പുരണ്ടൊരു സുഖത്തിനായി/ക്കിനാവിലുമിവൻ നിനച്ചപോയിടാ' എന്നത് നവീകരിക്കപ്പെട്ട കവിതാസ്വത്വത്തിന്റെ കൂടി (ചക്രവർത്തി അശോകന്റേതിനൊപ്പം) പ്രതിജ്ഞയാണ്. ഒരാളുടെ കാല്പനിക സ്വപ്നങ്ങളെ ജീവിപ്പിച്ച് നിലനിർത്താൻ ഒരായിരം പേരുടെ ജീവിത സത്യങ്ങളെയാണ്, കവിതയ്ക്ക് കണ്ടില്ലെന്ന് നടിക്കേണ്ടിവരുന്നത്! 'സന്ധ്യാസൗന്ദര്യം', 'ഗ്രാമീണസന്ധ്യ' ഇവയിലെല്ലാം ബിംബങ്ങളായും പ്രതിബിംബങ്ങളായും ആവർത്തിക്കപ്പെടുന്നത് ഇത്തരത്തിൽ തന്നെത്തന്നെ പ്രകൃതിദർപ്പണത്തിൽ നോക്കി മുഴുകിരിക്കുന്ന ഒരു കവിതാ സ്വത്വത്തെയാണ്. കവി, കല, സൗന്ദര്യം, മൂന്ന് അരൂപികളായ കഥാപാത്രങ്ങൾ തമ്മിൽ കാഴ്ചയിൽ അദൃശ്യമായും കേൾവിയിൽ നിശബ്ദമായും നടത്തുന്ന സാങ്കല്പികഭാഷണം (സങ്കല്പകാമിനി). വ്യക്തിസ്വത്വത്തകർച്ചയുടെ ഒടുവിലത്തെ ഞരക്കങ്ങളാണ്. കവിത എത്തിപ്പെട്ട ഊടുവഴിയിലൂടെ ഇനി അധികം മുന്നോട്ട് പോകാനാവില്ലെന്ന ബോദ്ധ്യമാണ് 'നാളെ' പോലെയും 'ഹൃദയനാദം' പോലെയുമുള്ള രചനകൾക്ക് പിന്നിലുള്ളത് (1953). 'ഇന്ന'ത്തേതിൽ നിന്ന് ഭിന്നമായ കാഴ്ചയുടെയും കേൾവിയുടെയും പുത്തൻ അനുഭവങ്ങളാണ് 'നാളെ'യിലും 'ഹൃദയനാദ'ത്തിലും അന്വേഷിക്കുന്നത്. മറ്റൊരു കാര്യംകൂടി ഇവിടെ പ്രത്യേകം ഓർമ്മപ്പെടുത്തുന്നു. 'ഇന്നി'ന്റെ അത്താണിയായി സങ്കല്പിക്കപ്പെടുന്ന

നാളെ 'എന്റെ' മാത്രം സ്വന്തമല്ല 'നമ്മുടേ'താണ്. 'സൗഖ്യ'ങ്ങളും 'ദുഃഖ'ങ്ങളുമെല്ലാം ഇവിടെ 'നമ്മുടെ' അനുഭവമാകുന്നു. ഒറ്റ ഞെട്ടിയിലെ താരും മുകുളവുമായി വിഭാവനം ചെയ്യപ്പെടുകയാണ് ഇന്നും നാളെയും. 'ഹൃദയനാദ'ത്തിലാകട്ടെ 'നാളെയുടെ നവലോക സംവിധാനത്തിങ്കൽ' കവിതയുടെ നാവ് പാവപ്പെട്ടവർക്ക് ശക്തിയാവട്ടെ എന്ന് ആശംസിക്കപ്പെടുകയും ചെയ്യുന്നു. 'ജീവിത ഗഹന കാവ്യം മധുര മധുരമായി പാടാൻ' പ്രാപ്തമായ ഒരു നവ കവിതാ സ്വത്വം, സ്വാതന്ത്ര്യലബ്ധിയെത്തുടർന്നുള്ള ദളശകങ്ങളിൽ വി.വി.കെ കവിതയിലൂടെ രൂപീകരിക്കപ്പെടുന്നുണ്ട്. 'ഞാനും' 'നിങ്ങളും' തമ്മിലുള്ള അതിരുകളെല്ലാം മാഞ്ഞ് 'നമ്മളൊന്നാ'വുന്നു. (നമ്മളൊന്ന് 1959). 'ഞാൻ' പാടുന്നത് 'ജനം' ഏറ്റ് പാടുന്നു. പുഞ്ചിരിയും കണ്ണീരും 'എന്റേത്' മാത്രമല്ല 'നമ്മുടേ'താണ്. (ഞാനൊന്നു പാടി 1953). കാലത്തേയും ലോകത്തേയും ചിന്തയേയും വികാരങ്ങളേയും വ്യക്തിയേയും സമൂഹത്തേയും ഉൾക്കൊള്ളാനുള്ള വ്യാപ്തിയും ആഴവും സ്വത്വരചനകൾ ഈ കാലഘട്ടത്തിൽ കൈവരിക്കുന്നു. കവിതകൾ സംവാദാത്മകങ്ങളായി മാറുന്നത് ഇതിന്റെ ഫലമായിട്ടാണ്. 'ആത്മവിമർശ'വും (1954) 'ആത്മഗീത'വും 'ആത്മവീക്ഷണ'വുമെല്ലാം (1961) ഒരേ സംവാദാത്മകതയുടെ ഫലങ്ങൾ തന്നെയാണ്. 'നിരപരാധിത്വ'ത്തിന്റെയും 'നിർഭയത്വ'ത്തിന്റെയും 'അഹിംസ'യുടെയും പക്ഷത്ത് ചാഞ്ചല്യമില്ലാതെ നിലയുറപ്പിക്കുന്ന കവിത (നീയാണ് മനുഷ്യൻ! 1954) ആത്മബോധം വീണ്ടെടുക്കുന്ന ഒരു ധാർമ്മികസ്വത്വത്തിന്റെ പര്യായപദം തന്നെയായി പുനർനാമകരണം ചെയ്യപ്പെടുന്നു!

വിമർശം

വിമർശനപ്രധാനങ്ങളായ കവിതകൾ ഉൾപ്പെടുന്ന വിഭാഗമാണ് 'വിമർശം'. വിവികെ കവിതകൾ സംവാദാത്മകങ്ങളാണ്. വിമർശനം സംവാദങ്ങളിലെ പ്രധാന ഘടകവുമാണ്. ഒരു ശബ്ദവും അനേകം പ്രതിശബ്ദങ്ങളും ഒരുമിക്കുന്ന ഒരു ഘടന കവിതയിലെ സംവാദങ്ങളിൽ രൂപപ്പെടുന്നുണ്ട്. 'വിമർശം' ശബ്ദത്തെയല്ല, പ്രതിശബ്ദങ്ങളെയാണ് മുൻനിർത്തുന്നത്. കവിത, ഇവിടെ ഒരാളുടെ ഏകഭാഷണമല്ല, അനേകം പേരുടെ ബഹുഭാഷണങ്ങളാണ്. 'വിമർശം' കവിതയിലെ വിപരീതഭാഷണങ്ങളാണ്. എതിർ ശബ്ദങ്ങളാണ്. നാടകങ്ങളിലെന്നപോലെ വ്യത്യസ്ത കഥാപാത്രങ്ങൾ വേദിയിൽ ഒരുമിക്കുന്നു. വ്യത്യസ്ത ആശയങ്ങളും അഭിപ്രായങ്ങളും ചേർന്ന് സംവാദാത്മകമായ ഒരന്തരീക്ഷം രൂപപ്പെടുത്തുന്നു. ശബ്ദങ്ങൾക്ക് അനുകൂലവും പ്രതികൂലവുമായ ശബ്ദങ്ങളാണ് 'വിമർശ'ത്തിൽ ഉയരുന്നത്. 'അംഗീകൃത' ശബ്ദങ്ങൾ 'വിമർശ'ത്തിൽ നിഷേധിക്കപ്പെടുന്നു. 'പൊതുബോധം' അയുക്തമാണെന്ന്

സ്ഥാപിക്കപ്പെടുന്നു. 'പൊതുസമ്മതി'യെ സംശയിക്കുകയും ചോദ്യം ചെയ്യുകയും ചെയ്യുന്നു. വിമർശനം അന്യവിഷയമെന്നനിലയിൽ കവിതയിലേക്ക് കടന്നുവരികയല്ല. കവിതതന്നെയാണ് 'വിമർശം'. ശബ്ദവും പ്രതിശബ്ദവും കവിയുടെ കൂടപ്പിറപ്പുകളാണ്. ചിന്തയുടെ സർഗ്ഗാത്മക പ്രയോഗങ്ങളായി പ്രതിശബ്ദങ്ങൾ ചോദ്യത്തിന്റെ പ്രച്ഛന്നരൂപം ധരിച്ച് വി.വി.കെ കവിതകളിൽ പ്രത്യക്ഷപ്പെടുന്നു. ചോദ്യം ഇവിടെ സർവ്വവ്യാപിയാണ്. ഉത്തരങ്ങൾ അത്യപൂർവ്വവും. കേരളത്തിന്റെയും ഭാരതത്തിന്റെയും അതിരുകൾ ഭേദിച്ച് ലോകത്തിന്റെ മുന്നിൽ ചോദ്യം ഉയർത്തുകയാണ് 'ചോദ്യചിഹ്നം' (1953). യുദ്ധവിപത്തിനെ എതിരിടാൻ 'ശോഷിച്ച സമുദായമാകെ ഒരു ചോദ്യചിഹ്ന'ത്തിന്റെ രൂപം ധരിച്ച് നില്ക്കുന്നു. ഔദ്യോഗികവും അധികൃതവുമായ നിലപാടുകളെ കവിത തിരസ്ക്കരിക്കുന്നു. വ്യക്തിജീവിതത്തിലായാലും രാഷ്ട്രീയ ജീവിതത്തിലായാലും തെറ്റുകൾ തിരുത്തപ്പെടുക തന്നെ വേണമെന്ന് ചാഞ്ചല്യമില്ലാതെ പറയുന്നു (തെറ്റ് തിരുത്തുക! 1951). പഞ്ചശീലം (1956) മേൽവിലാസം (1957) സാഫല്യം, പരാജയം (1958) ഇന്ത്യയുടെ സ്വരം (1960) ഗംഗാസ്നാനം (1961) ദുർവ്യയം (1962) തുടങ്ങിയ രാഷ്ട്രീയ കവിതകളിലെല്ലാം ആവർത്തിക്കപ്പെടുന്നത് യുദ്ധത്തിന്റേയും ആണവായുധ പ്രയോഗത്തിന്റെയും മഹാവിപത്തുകൾ. ശാന്തി, സമാധാനം, അഹിംസ ഇവയുടെ സന്ദേശങ്ങൾ. തൊള്ളായിരത്തി മുപ്പതുകളിൽ ശക്തിപ്പെട്ട ദേശീയപ്രസ്ഥാനത്തിന്റെയും സാമ്രാജ്യത്വവിരുദ്ധ പോരാട്ടങ്ങളുടേയും തൊഴിലാളി-കർഷക-യുവജനമുന്നേറ്റങ്ങളുടേയും ലോകസമാധാനപ്രസ്ഥാനത്തിന്റെയും ഇരമ്പലുകൾ ഒരു പ്രതിസംസ്കാരത്തിന്റെ രൂപീകരണത്തെ ഇവിടെ യാഥാർത്ഥ്യമാക്കി മാറ്റി. വി.വി.കെ കവിതകളിലെ 'വിമർശ'ത്തെയും അത് പുറപ്പെടുവിച്ച പ്രതിശബ്ദങ്ങളെയും അനിവാര്യമാക്കി മാറ്റിയത് പ്രതിസംസ്കാരത്തിന്റെ രാഷ്ട്രീയ ഊർജ്ജസ്രോതസ്സുകളാണ്. കേരളത്തെയും ഭാരതത്തെയും ലോകത്തെയും ബാധിക്കുന്ന രാഷ്ട്രീയ പ്രശ്നങ്ങളെ കവിത അഭിമുഖീകരിച്ചത് പിൽക്കാലത്ത് മാത്രമായിരുന്നുവെന്നും കവിതാജീവിതത്തിന്റെ ആരംഭത്തിൽ വി.വി.കെ കവിതക്ക് നേരിടേണ്ടിയിരുന്നത്, കവിതാസ്വരൂപത്തെത്തന്നെയായിരുന്നുവെന്നും, നാം തിരിച്ചറിയേണ്ടതുണ്ട്. അതിനാൽ ചോദ്യം ചെയ്യലിനും വിചാരണക്കും ആദ്യം വിധേയമാക്കിയത് കവിതയെയാണെന്നതാണ് സത്യം. സ്വപ്നസൗധം (1936) മുദ്രാവാക്യം (1938) പരിണാമം (1947) ജീവിതം, ഞാൻ, എന്നാലും! (1947) തുടങ്ങിയ ആരംഭകാല കവിതകളിൽ (1950ന് മുമ്പുള്ളത്) ഉന്നയിക്കപ്പെടുന്ന സംശയങ്ങളും വിമർശനങ്ങളും സ്വന്തം കവിതക്കെതിരെത്തന്നെയാണ്. അപ്പോഴും 'കലയും സൗന്ദര്യവും കൊണ്ട് ഞാൻ ലോകത്തിന്റെ / വിലയെ കണക്കാക്കും നിലയെ

വിമർശിക്കും' എന്ന വിപരീതശബ്ദം (മുദ്രാവാക്യം) കവിതക്കകത്ത് നിന്ന് തന്നെ ഉയർത്തുന്നത് നിശ്ചയദാർഢ്യത്തോടെയാണ്. പാരമ്പര്യബദ്ധമായ ഒരു കലാരൂപമെന്ന നിലയിൽ രചനാപരവും ആശയപരവുമായ പ്രതിസന്ധികളെ കൂടുതലായി നേരിടേണ്ടി വരുന്നത് കവിതയാണ്. വി.വി.കെ കവിതകളിലെ ശബ്ദം x പ്രതിശബ്ദം ദ്വന്ദ്വങ്ങൾ അകത്തും പുറത്തും കവിതക്ക് നേരിടേണ്ടിവന്ന പ്രതിബന്ധങ്ങളെയാണ് ഓർമ്മപ്പെടുത്തുന്നത്. ആന്തരമായി നേരിട്ട തടസ്സങ്ങളും സംഘർഷങ്ങളും കവിതക്ക് ആത്മവിമർശനത്തിനുള്ള പ്രേരണകളാണ്. കലാമൂല്യം, കാലത്തിന്റെ കവിത, ആത്മരശ്മി, അനുഭൂതി, അജ്ഞതയിൽ ('ഭാവശൃംഖല'യിൽ ഉൾപ്പെട്ടവ 1951) തുടങ്ങിയ കവിതകളെല്ലാം ആത്മവിമർശത്തിന്റെ നിദർശനങ്ങളാണ്. കവിതക്കകത്ത് നിന്ന് തന്നെ ഉയരുന്ന എതിർഭാഷണങ്ങൾ. 'നിർമ്മാതാവിനുമാസ്വാദകനും/തന്മധ്യത്തിൽ വിലങ്ങായി/സൂത്രത്താലെ കരിഞ്ചന്തക്കാ-/രെത്തും ചിലരു നിരൂപകരായ്/' - നിർദ്ദയമായ വിമർശനങ്ങൾക്ക് കവിതയെ മാധ്യമമായി ഉപയോഗിച്ചുപോന്ന കവിയുടേത് തന്നെയാണ്, ഈ നിശിതപരിഹാസവും! 'കൈരളീരംഗം' (1951) എന്ന കവിതയിലെ 'വിമർശനവിമർശം' സമകാലികവായനക്ക് ഏറെ കൗതുകമുണ്ടാക്കുന്ന അനുഭവമാണ്. 'കലയുടെ വിധിയെഴുതാനുള്ള അധികാരം ഉണ്ടെന്ന ഭാവത്താൽ കൈ നനയാതെ മീൻ പിടിക്കാൻ ഒരുങ്ങുന്ന' നിരൂപകരുടെ 'കൈതവം', കവിത വിമർശനവിധേയമാക്കുന്നു. അലസമായ വായനയ്ക്കും വിമർശനത്തിനും കലയെ ഉപയോഗിക്കുന്ന എല്ലാകാലത്തേയും വിമർശനത്തിന്, വി.വി.കെ കവിത നല്കുന്ന വീണ്ടുവിചാരമായി ഈ വരികളെ സ്വീകരിക്കാൻ നമുക്ക് കഴിയേണ്ടതാണ്. ഗൗരവപൂർവ്വമായ വായനയുടേയും വിമർശനത്തിന്റെയും ഉത്തരവാദിത്തം എന്താണെന്ന് കവിത അരനൂറ്റാണ്ടിന് ശേഷവും ഓർമ്മപ്പെടുത്തുന്നുണ്ട്.

അവലോകനം: സാധ്യതകളും പരിമിതികളും

പ്രകൃതി, പ്രവർത്തനം, പരിണാമം ഇവയെ ആസ്പദമാക്കി വി.വി.കെ കവിതകൾ ഉൾക്കൊള്ളുന്ന ആറ് വ്യത്യസ്ത വിഭാഗങ്ങളുടെ സവിശേഷതകളെന്തൊക്കെയെന്ന് പ്രത്യേകം പ്രത്യേകം കാണാനും മനസ്സിലാക്കാനുമാണ് നാം ഈ അവലോകനത്തിൽ ശ്രമിച്ചത്. അത്യന്തം സൂക്ഷ്മതയോടെയും സമഗ്രസ്വഭാവം ഉൾക്കൊണ്ടും നടത്തുന്ന അന്വേഷണങ്ങളിലൂടെ മാത്രമേ വി.വി.കെ കവിതകളെ അടുത്തറിയാനും മനസ്സിലാക്കാനും കഴിയൂ എന്ന് വായന നമ്മെ ബോധ്യപ്പെടുത്തുന്നുണ്ട്. വ്യത്യസ്തകാലങ്ങളെയും വിഭിന്നദേശങ്ങളെയും വിചിത്രജീവിതങ്ങളെയും അറിയാനും മനസ്സിലാക്കാനും, കവിതക്ക് ഒരൊറ്റ ജീവിതം മാത്രം

മതിയാകില്ല. മണ്ണ്, വിണ്ണ്, വേര്, സ്വാതന്ത്ര്യം, സ്വത്വം, വിമർശം എന്നീ വിഭാഗങ്ങൾ ഒരർത്ഥത്തിൽ വി.വി.കെ എന്ന കവിയുടെ വ്യത്യസ്ത കവിതാജീവിതങ്ങളെയാണ് പ്രതിനിധീകരിക്കുന്നത്. ഓരോ വിഭാഗം കവിതകളുടെ പ്രകൃതിയും പ്രവർത്തനവും പരിണാമവും വ്യത്യസ്തമാണെന്ന് നമ്മെ ബോധ്യപ്പെടുത്താൻ വേർതിരിച്ച് നടത്തുന്ന അന്വേഷണങ്ങളിലൂടെ ഒരു പരിധിവരെ മാത്രമേ കഴിയുകയുള്ളൂ. വായനയുടെയും വിലയിരുത്തലിന്റെയും ആവശ്യങ്ങൾക്ക് വേണ്ടിമാത്രമാണ്, ഇത്തരമൊരു വേർതിരിവ് ഒരാളുടെ കവിതാജീവിതത്തിൽ സംഭവിച്ചുവെന്ന് സങ്കല്പ്പിക്കുവാൻ നാം നിർബന്ധിക്കപ്പെട്ടത്. ജീവിച്ച കാലത്തേയും ദേശത്തേയും മനുഷ്യരെയും അറിയാൻ സ്വീകരിക്കേണ്ടിവന്ന വ്യത്യസ്ത ജന്മങ്ങളായാണ് ആറ് വിഭാഗം കവിതാ സ്വരൂപങ്ങളേയും നാം സമീപിച്ചത്. അവയിൽ നിന്ന് സമഗ്രമായ ഒരു കവിതാജീവിതം രൂപപ്പെട്ടതെങ്ങനെ എന്ന് അന്വേഷിക്കേണ്ട ബാദ്ധ്യതയും നമുക്കുണ്ട്. 'കൂട്ടുജീവിത'ങ്ങളിൽ നിന്ന് മാത്രമേ 'കൂട്ടുകവിത'കൾ രൂപീകരിക്കപ്പെടുകയുള്ളൂ. ഭാവിയിൽ എന്നെങ്കിലും ഉണ്ടാവാനിടയുള്ള ഒരന്വേഷണത്തെ മുൻകൂട്ടി കണ്ടുകൊണ്ടാവണം 'ഒരു കൂട്ടുകവിത' എന്ന കവിതയിൽ (എന്റെ കവിത) വി.വി.കെ ഇത്തരം ഒരു ഉൾക്കാഴ്ച പകർന്നുനല്കിയത്. ഈ അവലോകനത്തിന്റെ പരിമിതി, വിശദവും ഗാഢവുമായ ഒരു അന്വേഷണ പഠനത്തെ സാധൂകരിക്കുകയില്ല. എങ്കിലും വി.വി.കെ കവിതകളുടെ വായനയും വിമർശനവും ഭാരിച്ച ഒരു ഉത്തരവാദിത്തമാണെന്ന് പരിമിതമായ ഈ അവ ലോകനംപോലും നമ്മെ ബോധ്യപ്പെടുത്തുന്നുണ്ട്.

2
വി.വി.കെ
കവിതാ വായനകൾ

1
ശാന്തികുടീരം

സ്വർല്ലോകകാവ്യങ്ങൾക്കും വാഴ്ത്തുവാൻ വാക്കില്ലാതെ
പല്ലനയാറ്റിൻ തീരത്തുണ്ടൊരു പുണ്യക്ഷേത്രം!
ആത്മസംസ്കാരത്തിന്റെ നവ്യതേജസ്സിൽപൂത്തൊ-
രാശ്ചര്യകലാപുഷ്പം കൊഴിഞ്ഞ തീർത്ഥസ്നാനം.
പാവനസ്മരണതൻ സ്നേഹദീപത്താലതു
മോഹനം വിളങ്ങുന്നു സൽകലാസംപൂജ്യമായ്.
"ഹൃദയം ഹൃദയത്തെ സ്പർശിച്ചു പാടീടുന്ന
പദമേ ലോകത്തിനുനിത്യഗേയമായീട്ടു,

ജീവിതവിമർശമേ കവിയെക്കവിയായി
ജീവിപ്പൂ കലാലോകജ്യോതിസ്സായ് ചമച്ചീട്ടു"
ആശയവിശാലമാം സ്വന്തജീവിതത്താലീ
പേശലകലാമർമ്മമേതാശാൻ പഠിപ്പിച്ചു;
സത്യനിർമ്മലനാമാ സ്നേഹഗായകൻ തന്റെ-
യന്ത്യവിശ്രമസ്ഥാനം ജയിപ്പൂ ജഗൽപൂജ്യം!
ആയിരം വികാരങ്ങളായിരം വിചാരങ്ങ-
ളാദരാൽ വലംവെക്കുന്നുണ്ടതിൻ ചുറ്റും നിത്യം.
ജ്ഞാനഭിക്ഷുക്കൾക്കുള്ളോരപ്പുണ്യ സങ്കേതത്തെ
മാനസസപര്യയിൽ മാനിച്ചു കൊള്ളും ലോകം.
അല്പമാണെന്നാകിലും മാമകാജ്ജ്വലിയെന്നു-
മശ്ശാന്തികുടീരത്തിൽ 'വീണപൂ' വായിത്തീർന്നാൽ!
(1940 ഏപ്രിൽ)

ശാന്തികുടീരം

കുമാരനാശാന്റെ പൈതൃകത്തെ കണ്ടെത്താനുള്ള അവസരമാണ് 'ശാന്തികുടീരം' (1940) ഒരുക്കുന്നത്. കവിതയും വാസ്തുശിൽപ്പവു മായുമുള്ള അകലം 'ശാന്തികുടീര'ത്തിൽ മിക്കവാറും ഇല്ലാതാവുന്നു. കുമാരനാശാന്റെ സ്മരണപുതുക്കാനെഴുതിയ ഒരു കവിതയെന്നതിൽ കവിഞ്ഞുള്ള പ്രാധാന്യം വിവികെ വാക്കുകൾ കൊണ്ട് ശ്രദ്ധാപൂർവ്വം കെട്ടിപ്പൊക്കിയ ഈ വാസ്തുശിൽപ്പകവിതക്കുണ്ടെന്ന് കാണാൻ വിഷമിക്കേണ്ടി വരില്ല. പല്ലനയാറ്റിൻ തീരത്ത് ഒരു ആശാൻ ചരമ കുടീരം യഥാർത്ഥത്തിൽ നിലവിൽ വരുന്നതിന് മുമ്പ് തന്നെ (1945) വിവികെ ആശാന്റെ സ്മരണക്ക് വേണ്ടി കവിതയിൽ ശാന്തികുടീരം പണി കഴിപ്പിക്കുന്നുണ്ടെന്ന വസ്തുതയും നാം കാണാതിരുന്നു കൂടാ. കവിത ഇതര കലകളുമായി കൂട്ടുചേരുന്നതിന്റെ സാധ്യതകൾ മറ്റ് ഭാഷകളിൽ എന്നപോലെ മലയാളത്തിലും പലപ്പോഴായി പരീക്ഷി ക്കപ്പെട്ടിട്ടുണ്ട്. ചിത്രകലയുമായുള്ള വേഴ്ച്ച പോലെതന്നെ ചരിത്രത്തിൽ രൂഢമൂലമായിത്തീർന്നു കവിതയും വാസ്തുവിദ്യയുമായുമുള്ള നൂറ്റാണ്ടുകൾ പഴക്കമുള്ള ബന്ധവും. അതിനാൽ ശാന്തികുടീരം, കല്ലുകൾ കൊണ്ടെ ന്നതിന് പകരം കൽപ്പിതമായ പദങ്ങൾ കൊണ്ട് പണികഴിപ്പിച്ച കവിതയുടെ ശാശ്വതസ്മാരകമാണെന്ന തിരിച്ചറിവുണ്ടാവേണ്ടത്, അതി നകത്തേക്കുള്ള പ്രവേശനത്തിന് ഒഴിച്ചുകൂടാത്തതാണ്. പ്രഗത്ഭനായ ഒരു വാസ്തുശിൽപ്പി ഒരിക്കൽ അവകാശപ്പെട്ടത് ഭൂമിയിലെ എല്ലാ വർണ്ണങ്ങളും വാക്കുകളും കാലപ്പഴക്കത്താൽ ഇല്ലാതായാലും വാസ്തുകല മാത്രം ബാക്കിയായുണ്ടാകുമെന്നാണ്. ഇതിലെ അതിശയോക്തിയെ അവിശ്വസിക്കുമ്പോഴും ആർജ്ജവത്വത്തെ അംഗീകരിക്കാതിരിക്കാൻ ആവില്ലെന്നതിന് വാക്കുകൾ കൊണ്ട് നിർമ്മിച്ച ആശാൻ സ്മാരകം ജീവിക്കുന്ന തെളിവാകുന്നു.

പരിചിതവും മിനുസമുള്ളതുമായ വാക്കുകൾ വേണ്ടെന്ന് വെച്ച് പലപ്പോഴും പരുക്കൻ പദങ്ങൾ കൊണ്ട് കവിതകൾ രചിച്ച കവിയാണ് ആശാൻ. കൈവശമുള്ള വാക്കുകളുടെ അശക്തി ആശാന്റെ സ്മാരകമായ 'പുണ്യക്ഷേത്ര'ത്തെ വാഴ്ത്താൻ ഒരുങ്ങുന്ന ഈ കവിയെയും പിടികൂടുന്നതിൽ അസ്വാഭാവികതയില്ല. 'ശാന്തികുടീരം' നിർമ്മിക്കുന്നത് ആശാന്റെ 'ആത്മസംസ്കാര'ത്തിന്റെ നവതേജസ്സ് എന്നേക്കുമായി കൊഴിഞ്ഞു പോയ (വീണ പൂവ് സ്മരണ?) തീർത്ഥസ്നാനത്ത്. ആശാൻ കവിതയുടെ ഹൃദയമിടിപ്പുകൾ കൊണ്ട് പണിത ശ്രീകോവിൽച്ചുമരുകളിൽ കാലത്തിന് നശിപ്പിക്കാൻ കഴിയാത്ത ഒരു കാവ്യദർശനം ശിലാലിഖിതമായി കുറിച്ചിടപ്പെട്ടത് ഇന്ന് എട്ടു പതിറ്റാണ്ടുകൾക്കിപ്പുറം കൃത്യമായി വായിച്ചറിയാൻ നമുക്ക് സാധിക്കുന്നുണ്ട്: 'ഹൃദയങ്ങൾ തമ്മിലുള്ള ബന്ധങ്ങളാണ് കവിതയിലെ പദങ്ങളെ സാർത്ഥകമാക്കുന്നത്. ജീവിതവിമർശനം കവിയെ ഒരിക്കലും മരിക്കാത്ത കവിയാക്കി മാറ്റുന്നു' പല്ലനയാറ്റിൻ തീരത്തെ അന്ത്യവിശ്രമസ്ഥാനത്ത് രേഖപ്പെടുത്തപ്പെട്ട ഈ ജീവിതപാഠത്തെയാണ് വിവികെ കവിത എല്ലാ കാലത്തും തന്റെ യഥാർത്ഥ പൈതൃകമായി ഉൾക്കൊണ്ടതും സത്യസന്ധമായി പിൻതുടർന്നതും. ആശാന്റെ 'ശാന്തികുടീര'ത്തിൽ അർപ്പിക്കാനുള്ള 'വീണപൂവാ'യിത്തീരുന്നത് പോലും തന്റെ കവിതയെ ധന്യമാക്കിത്തീർക്കുമെന്ന ആർജ്ജവത്വമാർന്ന 'ഉപസംഹാരം' അതിന്റെ തിളക്കം വർദ്ധിപ്പിക്കുന്നുണ്ട്. 'ആയിരം വികാരങ്ങളും ആയിരം വിചാരങ്ങളും കൊണ്ടുള്ള' വിവികെ കവിതയുടെ വലം വെക്കലുകൾ സാർത്ഥകമാണെന്നതിന് 'ശാന്തികുടീരം' നല്ലൊരു മാതൃകയാണ്.

2
ഋലിക

കാലമെത്രകവിതയെപ്പൂഴ്ത്തിട്ടും
ഋലികയൊന്നു കാണാതെ മണ്ണിതിൽ
ഭൂതകാലചിതയിലെ ചാമ്പലാം
ഭൗതികസൃഷ്ടി തന്റെ സർവ്വസ്വവും
താവകജീവരക്തബിന്ദുക്കളാൽ
ഋലികേ നീ രചിച്ചവയൊക്കയും
സത്യവല്ലിതൻ ചില്ലയിൽ മിന്നിടും.
നിത്യതയിൽ വിരിഞ്ഞപൊൻപൂക്കളായ്
യാചനയിൽ ചൊരിഞ്ഞൊരജ്ജീവിത
യാതനയിലെ പാഴ്ഞരക്കത്തിലും
കോമളനവദമ്പതിമാരുടെ
പ്രേമനിർമ്മല നർമ്മോക്തിതന്നിലും
മജ്ഞുളമാം കവിത തൻ നർത്തന
ശിഞ്ജിതം കേട്ട കൊൾമയിർകൊണ്ടു നീ
ലോകഹൃത്തിൽ പകർത്തുമതാകവെ
ശോകഹർഷവിലാസകലവിയാൽ!
ഭാവനതൻ കലവറയിങ്കലേ
ജീവിതത്തിൻ രഹസ്യവശങ്ങളെ
നീ കലയോടുരയ്ക്കുമാ ഭാഷയിൽ
ലോകമെന്തോ നവോത്സവം കണ്ടിടും.
ഉജ്ജയിനിയും ഭൂതിയും ഭപന്ത-
മൂത്തരക്ഷണത്തിങ്കലേ കെട്ടുപോയ്

ത്തുലികേ നിന്റെ പുഞ്ചിരി തഞ്ചിയ
കാളിദാസനോ നിത്യപ്രദീപ്തിയും
ഭംഗുരതയിൽനിന്നു മഴകിനെ
ഭംഗിയിൽ ചില്ലിലിട്ടു സൂക്ഷിച്ചിട്ടും
നിൻ മനോധർമ്മമാണീയുലകിനു
കർമ്മമാർഗ്ഗം കുറിയ്ക്കുന്നതെപ്പൊഴും.

(ഹൃദയഗായകൻ, 1947)

തൂലിക

വി.വി.കെ യുടെ കവിതകളിൽ അസാധാരണമായ ഒരു രചനയായി ഇന്ന് ഏഴുപതിറ്റാണ്ടുകൾക്ക് ശേഷവും നമുക്ക് അനുഭവപ്പെടുന്ന, തൂലിക എന്ന കവിത. കവിത എങ്ങനെ കാലത്തെ അതിജീവിക്കുന്നു? അവഗണനകളെ ഒട്ടും ഗൗനിക്കാതെ അത് എങ്ങനെ ആത്മത്യാഗത്തിന്റെയും സത്യത്തിന്റെയും അനശ്വരതയുടെയും ഗാഥകൾ ആലപിക്കുന്നു? പട്ടിണിയുടെ ഞരക്കങ്ങളെയും അനുരാഗത്തിന്റെ നർമ്മസല്ലാപങ്ങളെയും കണ്ണീരിന്റെ നനവുകളെയും സന്തോഷത്തിന്റെ രോമാഞ്ചങ്ങളെയും അത് ഹൃദയത്തിൽ കുറിച്ചിടുന്നതെങ്ങനെ? അധികാര സിംഹാസനങ്ങളെയും അവരുടെ 'കോട്ടകൊത്തള'ങ്ങളെയും കാലം ജീർണ്ണാശിഷ്ടങ്ങളാക്കി മാറ്റുമ്പോഴും തൂലികയേന്തുന്ന കവി കാലങ്ങൾക്കപ്പുറം ലോകത്തിന് വെളിച്ചം പകരുന്ന നിത്യസാന്നിദ്ധ്യമായി ജനഹൃദയങ്ങളിൽ ജീവിച്ചുകൊണ്ടേയിരിക്കും... മൂന്ന് പതിറ്റാണ്ട് കാലത്തെ സ്വന്തം കവിതാജീവിതത്തിന്റെ ധർമ്മത്തെയും ലക്ഷ്യത്തേയും അടിയുറച്ച ആത്മവിശ്വാസത്തെയും ആർജ്ജവത്വത്തെയുമെല്ലാം കൃത്യമായി സ്വയം നിർവ്വചിക്കുന്ന വി.വി.കെയുടെ തൂലിക എന്ന കവിത.

3
ഓണം, അല്ല; ഏകാദശി!

കേരളത്തിന്റെ കഴിഞ്ഞു പോയ
കേവലസുന്ദരസ്വപ്നമായി
ആബാലവൃദ്ധമന്നുല്ലസിച്ച
മാബലിനാടിൻ സ്മരണയായി
സ്നേഹമരചനായ് വാണനാട്ടിൽ
മോഹനഗാനകവനമായി,
ഓണമാം പല്ലവി പാടി വീണ്ടും
ചേണാർന്ന കാല സംഗീതയന്ത്രം.

വാനത്തിൻ പ്രേമാമൃതത്തിലേറെ
ആനന്ദത്തോടെ നീരാടി നേരെ
കാർവേണി ഭംഗിയോടൊന്നൊതുക്കി
കാമ്യപ്രകൃതിയായുല്ലസിക്കും
ചിങ്ങത്തിൽ മഞ്ജുളനെറ്റിതന്നിൽ
മംഗളസിന്ദൂര ബിന്ദുവായി
ആശതൻ മുറ്റത്തു പൂവിരിച്ച
പേശലകാലവിലാസമായി
വാണവിളങ്ങിയോരോണമേ നീ
കാണുന്നതെന്തിന്നക്കേരളത്തിൽ?
ആളിപ്പടർന്ന വിശപ്പിനാലെ
കാളിപ്പോയ് ജീവിതച്ചില്ലയെല്ലാം
നിൻചാരുപാദസപര്യ ചെയ്‌വാൻ

പുഞ്ചിരിപ്പൂവൊന്നുമില്ലതിങ്കൽ
ഭിക്ഷവാങ്ങാനായൊരുത്തനുമ -
ന്നിക്ഷിതി തന്നിലുണ്ടായിരുന്നോ?
പാൽച്ചിരിപ്പട്ടിനാൽ സ്വാർത്ഥഭാണ്ഡം
പാടെമറച്ച മിടുക്കനായി
സമ്പന്നൻ കാശിന്നായ് കൈമലർത്തു -
മമ്പിന്നായ് പാവങ്ങൾ പാളകാട്ടും
എന്തിന്നധികം പറവതിന്ന -
പ്പന്തിയിൽ യാചകരംഗം ലോകം.

കാലം തിരിഞ്ഞതിരിച്ചിലിലിന്ന -
ന്നാളും തിഥികളും തമ്മിൽ മാറി
അന്നെന്നുമോണമിക്കേരളത്തി -
ലിന്നെന്നാൽ നിത്യമേകാദശിയും !
ഇസ്സമുദായപ്പഞ്ചാംഗമൽപ -
മിന്നുതിരുത്തിയാലെന്നുമോണം !

(1947, ഹൃദയഗായകൻ)

ഓണം, അല്ല; ഏകാദശി!

'ഓണം, അല്ല; ഏകാദശി!' എന്ന കവിത ഓണത്തെ വിഷയമാക്കി വി.വി.കെ.എഴുതിയ കവിതകളിൽ ആദ്യത്തെതാണ്. 'ഹൃദയ ഗായകൻ' എന്ന സമാഹാരം (1947) അതുൾക്കൊള്ളുന്നതിനാൽ രചിക്കപ്പെട്ടത് മിക്കവാറും തോള്ളായിരത്തി നാൽപ്പതുകളിൽ സ്വാതന്ത്ര്യപ്രാപ്തിക്ക് മുമ്പുള്ള വർഷങ്ങളിലാവാം. ഓണക്കവിതകളുടെ തുടർച്ച ഇടവിട്ടിടവിട്ട് വിവികെ കവിതകളുടെ ഒഴിവാക്കാനാവാത്ത ഭാഗമായി ആവർത്തിക്കപ്പെടുന്നുണ്ട്. ഇവയെല്ലാം ഒന്നിച്ച് ചേരുമ്പോൾ ഓണത്തെക്കുറിച്ചുള്ള ഒരു 'മഹാഖ്യാനം' രൂപപ്പെടുന്നുവെന്ന് പറയാം. കേരളത്തിന്റെ പൈതൃകം തേടുന്നതിനുള്ള അവസരങ്ങളായിത്തീരുകയാണ് ഓരോ ഓണക്കവിതയും. എഴുതിയ കാലവും അന്നത്തെ സമൂഹവും അവയിലെല്ലാം അടയാളപ്പെട്ട് കിടപ്പുള്ളത് സൂക്ഷ്മമായ വായനക്ക് കണ്ടെത്താൻ വിഷമമില്ല. 'ഓണം, അല്ല; ഏകാദശി!' കവിതാശീർഷകം തൊട്ടു തന്നെ ആരംഭിക്കുന്ന കാലത്തിന്റെയും ദേശത്തിന്റെയും മുദ്രണം. ഓണവും ഏകാദശിയും രണ്ട് വിശേഷപ്പെട്ട ദിവസങ്ങളെന്ന കേവലമായ അർത്ഥത്തിലല്ല, അന്നത്തെ കേരളീയ ജീവിതത്തിലെ പരസ്പര വിപരീതങ്ങളായ രണ്ട് അവസ്ഥകളെക്കുറിക്കാനുള്ള അടയാളങ്ങളായാണ് ശീർഷകം മുതൽ തന്നെ ഉപയോഗിക്കപ്പെടുന്നത്. 'അല്ല' എന്ന ശീർഷകത്തിലെ നിഷേധത്തിനകത്ത് സ്വാതന്ത്ര്യപ്രാപ്തിക്ക് മുമ്പ് കേരളീയ ജീവിതത്തിൽ രൂപപ്പെട്ടു വന്ന സാമൂഹ്യ-രാഷ്ട്രീയ വൈരുദ്ധ്യങ്ങളുടെ സ്ഫോടനാത്മകത പൊട്ടിത്തെറി കാത്തിരിപ്പുണ്ട്. ആഗസ്റ്റ് പ്രക്ഷോഭത്തിന്റെയും (1946) കർഷകസമരങ്ങളുടെയും നാളുകളിൽ പ്രകടമായ സാമൂഹ്യമായ അസ്വസ്ഥതകളുടെയും അസംതൃപ്തികളുടെയും മുഴക്കം ശീർഷകം തൊട്ടു തന്നെ ഈ ഓണക്കവിതയിലും പതിഞ്ഞ ശബ്ദത്തിലെങ്കിലും ഉയർന്നു കേൾക്കുന്നുണ്ട്.

കവിതയുടെ തുടക്കം 'കേരളത്തിന്റെ കഴിഞ്ഞു പോയ കേവല സുന്ദര സ്വപ്നമായ' ഓണത്തിൽ നിന്ന്. ഒടുക്കം ഇന്നത്തെ കേരളത്തിലെ 'നിത്യമായ ഏകാദശി'യുടെ അവസ്ഥയിലും. സ്വപ്നവും യാഥാർത്ഥ്യവും തമ്മിലുള്ള അന്തരം ഭൂതവർത്തമാന കാലങ്ങൾക്ക് തമ്മിലുണ്ട്. അന്ന് സ്നേഹം നാട്ടിൽ വാണു. ആബാലവൃദ്ധം ഏവരും സമന്മാർ. അന്തരീക്ഷത്തിൽ എങ്ങും എവിടെയും എപ്പോഴും സമൃദ്ധിയുടെ ഓണപ്പാട്ടുകൾ! പ്രകൃതിയും മനുഷ്യനും ഒരുപോലെ ആർത്തുല്ലസിച്ച് രസിച്ച കാലം. ഇന്നത്തെ അവസ്ഥയെന്താണ്? പട്ടിണിയിലാണ് അധികം പേരും. വിശപ്പിന്റെ ഞരക്കങ്ങളും നിലവിളികളുമാണ് അന്തരീക്ഷത്തിൽ എങ്ങും. പണമുള്ളവൻ ഇല്ലായ്മ ചമഞ്ഞ് ആളെ കബളിപ്പിക്കുന്നു. ഒന്നുമില്ലാത്ത പാവങ്ങൾ പിച്ചപ്പാത്രം നീട്ടി ദയക്ക് യാചിക്കുന്നു. കേരളം യാചകരംഗമായി മാറിപ്പോയിരിക്കുന്നു. അന്ന് എന്നും ഓണം. ഇന്ന് നിത്യമേകാദശിയും. എന്താണിതിനൊരു പ്രതിവിധി?: 'ഇസ്സമുദായ പ്പഞ്ചാംഗമൽപ/ മിന്നു തിരുത്തിയാലെന്നുമോണം' ഓണത്തിന്റെ വേരുകൾ തേടിയുള്ള കവിതയുടെ അന്വേഷണം അവസാനം ചെന്നെത്തുന്നത് വർത്തമാന കാല ജീവിതത്തിന് അടിസ്ഥാനപരമായ ചില തിരുത്തിക്കുറിക്കലുകൾ കൂടാതെ മുന്നോട്ട് പോകാൻ കഴിയില്ല എന്ന ഉദാത്തമായ ദർശനം അവതരിപ്പിച്ചുകൊണ്ടാണ്. ഓണത്തിന്റെ സുഖദമായ ഓർമ്മകളിൽ മയങ്ങി കിനാവ് കണ്ടിരിക്കുന്ന യാഥാസ്ഥിതിക മലയാളി മനസ്സുകളിൽ നടുക്കം ഉണ്ടാക്കാൻ വിവികെ കവിതയിലെ ഈ വരികൾക്ക് ഇന്നും കഴിയും. സ്വാതന്ത്ര്യപ്രാപ്തിക്ക് ശേഷം രചിച്ച മറ്റൊരു ഓണക്കവിതയിൽ കുറെക്കൂടി മൂർച്ചയുള്ള ഭാഷയിൽ 'സമുദായ പഞ്ചാംഗം' എന്നതിനെ 'രാഷ്ട്ര പഞ്ചാംഗം തിരുത്തുക നാം' എന്നാക്കി (കിനാവിന്റെ കടങ്കഥ, 1954) മാറ്റി എഴുതാൻ തയ്യാറായത്, അലംഭാവത്തോടെ വിവികെ കവിതകൾ വായിക്കാനും അഭിപ്രായം പറയാനും പുറപ്പെടുന്നവർക്ക് എല്ലാ കാലത്തും പാഠമാകേണ്ടതാണ്.

4
കൈരളീ രംഗം

ജീവിത കലുഷത കഴുകിക്കളയൂ;
ഭ്രുവിന്നമൃതേ കവിതേ, നീ!
ഹൃദയരസാതല സുന്ദരസംഗേ,
മുദിത സുരംഗേ ഗംഗേ നീ!
ജീവിതമൂല്യം കലയിൽക്കോർത്തൊരു
പാവന മാല്യം തിരുമുമ്പിൽ
സാദരമർപ്പിച്ചെങ്ങോ പാരിൽ
മാദക കീർത്തനമോർക്കാതെ
വാണീ രാഗസുലാളിത സുന്ദരർ
വാഴ് വൂ കവിതേ, സുകൃതികളായ്
അവരെ സ്ഥാനത്തസ്ഥാനത്തും
അടിമുടിയോളം ശ്ലാഘിച്ചോ;
അവസരഭേദാലനുപദമവരെ-
ക്കവിയും കോപാൽ ഖണ്ഡിച്ചോ!
നിർമ്മാതാവിനു മാസ്വാദകനും
തന്മദ്ധ്യത്തിൽ വിലങ്ങായി
സൂത്രത്താലെ കരിഞ്ചന്തക്കാ-
രെത്തുംചിലരു നിരൂപകരായ്!
കലയുടെ വിധിയെഴുതാനധികാരം
കയ്യിലിരിക്കും ഭാവത്താൽ
കൈനനയാതവർ മീന് പിടിക്കും
കൈതവമാരുണ്ടറിയുന്നു.

മർത്ത്യതകൊണ്ടണി മകുടം ചൂടിയ
മന്നിനു മംഗള നിധിയാകും
സുകൃത സുരഞ്ജക കലയീമട്ടിൽ
വികൃതവിലാസം പൂണ്ടാലോ
ജീവിത കലുഷത കഴുകിക്കളയൂ;
ദ്യോവിന്നുറവേ കവിതേ നീ.

(ഭാവശൃംഖല, 1951)

കൈരളീ രംഗം

കൈരളീരംഗം 1951ൽ പ്രസിദ്ധീകരിച്ച വിവികെയുടെ ഭാവശ്യംഖല എന്ന സമാഹാരത്തിൽ ഉൾപ്പെട്ട കവിതയാണ്. കവിതയേയും കാവ്യനിരൂപണത്തെയും ഇവിടെ കവിതക്ക് വിഷയമാക്കുകയാണ്. കേവലവും യാന്ത്രികവുമായ വായനയിൽ തെറ്റായി വ്യാഖ്യാനിക്കപ്പെടാൻ സാധ്യതയുള്ള കവിത യാണിത്. കവിതയുടെ വിശേഷണങ്ങളായും സ്തുതികളായും പാവന ധർമ്മങ്ങളായും ഭംഗികളായും നിഷ്കളങ്കതയായും കുറിക്കപ്പെടുന്നത് അത്യന്തം ചാരുതയാർന്ന, സംഗീതസാന്ദ്രമായ പദാവലികളാണ്. കവിതയെ നിർവ്വചിക്കാൻ ഭൂലോകാനുഭവങ്ങളൊന്നും മതിയാവാതെ, സ്വർഗ്ഗീയാനുഭൂതികളെത്തന്നെ കവിത ആശ്രയിക്കുന്നു. അമൃതവും സുന്ദ രഗംഗയും വാണീരാഗവുമെല്ലാം കവിതക്ക് പകർന്നു കിട്ടുന്നത് സ്വർഗ്ഗ ത്തിൽ നിന്ന് നേരിട്ട്. നിരൂപകന്മാർ എന്ന ചെകുത്താന്മാർക്ക് ഈ കവി താസ്വർഗ്ഗത്തിൽ എന്താണ് കാര്യം? കവിക്കും ആസ്വാദകനുമിടയിലെ കരിഞ്ചന്തക്കാരാണവർ. സൂത്രശാലികളായ നിരൂപകർ, സ്തുതിച്ചോ നിന്ദിച്ചോ ശ്രദ്ധ പിടിച്ചു പറ്റുന്നു. ഇത്തരം ഇടനിലക്കാർ കവിതയുടെ ലോകത്ത് അധികപ്പറ്റാണ്. കലയുടെ വിധിനിർണയം തങ്ങളുടെ തൂലികകൊണ്ടാണെന്നാണ് അവരുടെ ഭാവം. കൈ നനയാതെ മീൻ പിടിക്കുന്ന ഇക്കൂട്ടരുടെ കള്ളത്തരങ്ങൾ ആരും തിരിച്ചറിയുന്നില്ല. അവർ അശുദ്ധമാക്കുന്ന ഹൃദയങ്ങളെ ശുദ്ധീകരിക്കുക എന്ന ധർമ്മവും കവിതയുടേത് തന്നെയാണ്! കവിതകളോട് പൊതുവെയും വിവികെ കവിതകളോട് പ്രത്യേകിച്ചും അന്നത്തെ നിരൂപകലോകം പുലർത്തിയ പക്ഷപാതപരമായ സമീപനരീതികളോട് വിവികെയെപ്പോലെ സംവേ ദനക്ഷമതയുള്ള ഒരു കവിക്ക് ഇങ്ങനെയല്ലാതെ പ്രതികരിക്കാൻ കഴിയില്ല. നിരൂപകരോടുള്ള ജിയുടെയും, ചങ്ങമ്പുഴയുടെയും പിയുടെയും കവിതകളുടെ സമീപനത്തിലെ സാമ്യതകളും ശ്രദ്ധിക്കേണ്ടതാണ്.

കവിതാബാഹ്യമായ പരിഗണനകളാൽ ഗൗരവപൂർവമായ വായനക്ക് വിധേയമാക്കപ്പെടാതിരുന്നത് കൊണ്ട് മാത്രമാണ് വിവികെയുടെ പല കവിതകൾക്കും അവ അർഹിക്കുന്ന ശ്രദ്ധ കിട്ടാതെ പോയത്. സ്തുതിയും നിന്ദയുമല്ല നിരൂപണധർമ്മമെന്ന് വാച്യമായി വളരെ രൂക്ഷമായ ഭാഷയിൽ കവിതയിലൂടെതന്നെ നിരൂപകരെ നിരൂപണം ചെയ്യാൻ വിവികെ എന്ന കവി നിർബന്ധിക്കപ്പെട്ടത് ഈ സവിശേഷചരിത്ര സാഹചര്യത്തിലാണെന്ന കാര്യം ഓർമ്മിക്കേണ്ടതുണ്ട്.

5
ഹൃദയനാദം

ജീവിതഗഹന കാവ്യം
മധുര മധുരമായി
നീ, വിശാലഭാവനയിൽ
പ്പാടുക സഖേ

സഹജാതസന്തപ്താശ്രു
തുടയ്ക്കുവാനുഴറുന്ന
മഹിതസംസ്ക്കാരത്തിന്റെ
ശ്രുതികൾ മീട്ടി
സനാതന സ്നേഹത്തിന്റെ -
മനുഷ്യതാമൂല്യത്തിന്റെ-
യനാരത ലയത്തിങ്ക-
ലലിഞ്ഞലിഞ്ഞു
കവിതൻ ഹൃദയനാദം
സമൂഹ സൗഭാഗ്യത്തിന്റെ
ഭവിക ഭാവിക്കു രൂപ
മരുളീടട്ടെ!
ഭ്രൂവിലാസ വർണ്ണനത്താൽ
നീ കവേ ജനിക്കാമെന്നാൽ
ജീവിതഗായകനായേ
ജയിക്കയുള്ളൂ.

അവരുടെ ശോണിതത്താൽ-
ത്തിലകമണിഞ്ഞീടുന്ന
നവയുഗാദർശം കേട്ടു
മടുത്ത ലോകം
അനഘമാം വിശ്വസ്നേഹ
കവനഗംഗയിൽ മുങ്ങി
മനുജതാ മാധുര്യങ്ങൾ
നുകർന്നിടട്ടേ!
അനുപദം തിക്തതിക്ത-
മനുഭൂതി നൃത്തമാടും
മനുജമണ്ഡലം പാടേ
പകച്ചു നിൽക്കേ
ക്ലേശമുറ്റും ചളിപ്പാട
ത്താശതന്റെ വിത്തിറക്കി
പേശല സമൃദ്ധി കൊയ്യു
കാവ്യകാരാ നീ.
ഭൂതകാല ഭൂതി തങ്ക-
ലിപികളിൽക്കുറിക്കും നിൻ
ഗീതകങ്ങൾ കാവ്യലോല-
രോമനിച്ചാലും;
ഇന്നിനെശ്ശസ്ത്രക്രിയയിൽ
കേടുപാടുതീർത്തരോഗ-
സുന്ദരമാക്കുക നിന്റെ
തൂലികയാലെ
നാളെയുടെ നവലോക
സംവിധാനത്തിങ്കൽ നിന്റെ
നാവു പാവപ്പെട്ടവർക്കു
ശക്തിയാവട്ടെ!
കൂമനും മൂങ്ങയും മൂളും
കൂരിരുട്ടിൽനിന്നു മേന്മേൽ
ശ്രീമയോഷസ്സുദിപ്പിക്കും
കവികതിരോൻ!
ചീഞ്ഞളിഞ്ഞ നിലപാടിൽ
നിന്നുയർത്തി വിടർത്തുക
മഞ്ജുളമാം സമുദായ-

പങ്കജത്തെ നീ!
ജീവിതഗഹന കാവ്യം
സരളമായ് പാടുക നീ
യീവിശാലലോകമേറ്റു പാടിടും നീളെ!

(1953, മണ്ണിന്റെ കവിത)

ഹൃദയനാദം

സുവർണ്ണ മേഖല (1946) ഹൃദയഗായകൻ (1947) അമൃതഗംഗ (1948) എന്നീ കവിതാസമാഹാരങ്ങൾക്ക് ശേഷമാണ് വി.വി. കെ യുടെ ഭാവശ്ശൃംഖലയും (1951) മണ്ണിന്റെ കവിതയും (1954) പ്രസിദ്ധീകരിക്കപ്പെടുന്നത്. സ്വാതന്ത്ര്യപ്രാപ്തിയും റിപ്പബ്ലിക് പ്രഖ്യാപനവും വിവികെ യുടെ കവിതാ ജീവിതത്തിലും ഗാഢമായ പല മാറ്റങ്ങളും വരുത്തി. ദേശീയ പ്രസ്ഥാനം മുഖ്യധാരയല്ലാതായി. ഗാന്ധിജി വധിക്കപ്പെട്ടു. വർഗ്ഗീയകലാപങ്ങൾ നാടിന്റെ പാരമ്പര്യബോധത്തെക്കുറിച്ച് ഒരു പുനർവിചിന്തനം നടത്താൻ ദേശീയ വാദികളെ നിർബന്ധിച്ചു. തെലങ്കാനയിലും പുന്നപ്ര വയലാറിലും മറ്റും നടന്ന കർഷകരുടെ ചെറുത്തുനിൽപ്പുകൾ അടിച്ചമർത്തി. ഭക്ഷ്യക്ഷാമവും പട്ടിണിമരണവും നിത്യസംഭവമായി. കമ്യൂണിസ്റ്റ് പ്രസ്ഥാനം നിരോധിക്കപ്പെട്ടു. കലയും സാഹിത്യവും സമൂഹത്തിൽ വരുത്തേണ്ട മാറ്റങ്ങൾ എന്താണെന്നും അതിന് മാർഗ്ഗങ്ങൾ ഏതൊക്കെ ആവാമെന്നുമുള്ള പ്രശ്നങ്ങൾ എഴുത്തുകാരെ വിരുദ്ധങ്ങളായ പാളയങ്ങളിലെത്തിച്ചു. അത്യന്തം കലുഷതയാർന്ന ഈ ചരിത്രകാലത്തിന്റെ അനുരണനങ്ങളാണ് ഹൃദയനാദം ഉൾപ്പെടെയുള്ള കവിതകൾ. എലികളിലും (എൻ.വി. കൃഷ്ണ വാരിയർ) ഇരുപതാം നൂറ്റാണ്ടിന്റെ ഇതിഹാസത്തിലും (അക്കിത്തം) കുടിയൊഴിക്കലിലും (വൈലോപ്പിള്ളി) വെളിവാക്കപ്പെട്ട പുതിയ ജീവിത പരമാർത്ഥങ്ങൾ ഹൃദയനാദം പോലുള്ള വി.വി.കെയുടെ കവിതകളിൽ തിരിച്ചറിയപ്പെടാഞ്ഞത് കവിതയുടെ പരാജയമായല്ല, മുഖ്യധാരാ നിരൂപണത്തിന്റെ പരാജയമായാണ് കാണേണ്ടത്. സാഹിത്യേതരമായ പ്രശ്നങ്ങളുടെ പേരിലുണ്ടാകുന്ന ഏതൊരു സംവാദവും എഴുതിയ ആളുടെ രചനകളെക്കുറിച്ചുള്ള നിരൂപണമൂല്യനിർണ്ണയത്തെയും സ്വാധീനിക്കും. അന്നും ഇന്നും നിർഭാഗ്യകരമായ പരമാർത്ഥം അതാണ്.

കവിത തന്നെ കവിതക്ക് വിഷയമാകുന്ന ഒട്ടേറെ കവിതകൾ വി.വി.കെ രചനകളായുണ്ട്. ഹൃദയനാദം അതിൽപ്പെടുന്നു. യഥാർത്ഥത്തിൽ ഒരു തരത്തിലുള്ള പൊളിച്ചെഴുത്തിനുള്ള അവസരമായി സ്വന്തം കവിതയെ ഇത്തരം സന്ദർഭങ്ങളിൽ ഉപയോഗിക്കുകയാണ്. കവിതയുടെ ആത്മവത്ത എന്താണെന്ന ചോദ്യം കവിതക്കകത്ത് ഉയരുന്നു. ചോദ്യവും ഉത്തരവും വായനക്കാരനേയും മുൻനിർത്തിയാണെന്നുള്ളത് പുതിയൊരു ജനാധിപത്യ സംസ്കാരത്തെക്കുറിക്കാൻ സഹായിക്കുന്നു. ഓരോ കാലവും കലയേയും കവിതയേയും കുറിച്ച് തനതായ ആത്മബോധം രൂപീകരിക്കുന്നുണ്ട്. അറിഞ്ഞോ അറിയാതെയോ രചനയും വായനയും അതാത് കാലത്തെ ആത്മബോധത്തെ ആചാരപരമായി ആവർത്തിക്കുന്നു. അംഗീകൃതമായ ഈ പൊതുബോധവുമായി ഇണങ്ങിച്ചേരാൻ വിഷമിക്കുന്ന സന്ദർഭത്തിലാണ് ഹൃദയനാദം പോലെയും സ്പന്ദിക്കുന്ന അസ്ഥിമാടം (ചങ്ങമ്പുഴ) പോലെയുമുള്ള പ്രതിശബ്ദങ്ങൾ ഉണ്ടാകുന്നത്. കാലത്തിന്റേതിൽ നിന്ന് വ്യത്യസ്തമായി, സ്വന്തമായ ആത്മബോധത്തിന്റെ വിളംബരമായി, പുതിയൊരു സ്വത്വനിർമ്മിതിയായി, ഹൃദയനാദത്തെ സമീപിക്കാൻ നമുക്ക് കഴിയേണ്ടതാണ്. കവിതയെ പ്രധാനമായും ഒരു വ്യക്തിസ്വത്വമായി കാണുന്ന മുൻകാഴ്ച്ചപ്പാടിൽ നിന്നും പാടേ വ്യത്യസ്തമായ പരിവർത്തനം 'ഹൃദയ നാദ'ത്തിൽ സംഭവിച്ചു കഴിഞ്ഞിരിക്കുന്നു. കവിത ഇവിടെ ഒരു സമൂഹസ്വത്വമായി, ഉടൽരൂപമെടുത്തത് ഹൃദയനാദം ഉറക്കെ അറിയിക്കുകയാണെന്ന് ലളിതമായി പറയാവുന്നതാണ്.

'ജീവിതഗഹനകാവ്യം മധുരമധുരമായി പാടാൻ' പാടവമുള്ള ഒരു കവിതാസ്വരൂപത്തോടാണ് ഹൃദയനാദം സംവദിക്കുവാൻ ഒരുങ്ങുന്നത്. സഹജാതന്റെ സന്തപ്താശ്രു തുടക്കുവാനും മഹിതസംസ്കാരത്തിന്റെ ശ്രുതികൾ മീട്ടാനും സമൂഹസൗഭാഗ്യത്തിന് വേണ്ടി ഹൃദയനാദം ഉയർത്താനുമുള്ള സന്നദ്ധത കൈവരുന്നത് സാമൂഹ്യസ്വത്വരൂപീകരണത്തിന്റെ ഫലമായാണ്. ഉന്നതമായ മൂല്യ ബോധമാണ് ഇതിനു പ്രേരകശക്തിയാവുന്നത്. വ്യക്തികേന്ദ്രിതമായ പരികൽപ്പനകളിൽ നിന്ന് സമൂഹകേന്ദ്രിതമായ പരികൽപ്പനകളിലേക്കുള്ള കവിതയുടെ ചുവട്മാറ്റത്തിന് സാമൂഹ്യ- രാഷ്ട്രീയ വിവക്ഷകൾ ഏറെയുണ്ട്. വ്യക്തിസ്വപ്നങ്ങളെല്ലാം സമൂഹസ്വപ്നങ്ങളായി പരിണമിപ്പിക്കപ്പെടുന്ന പ്രക്രിയയെ യാന്ത്രികമായി പിൻതുടരുകയല്ല, മറിച്ച് അത്തരം ഗംഭീര കുതിപ്പുകൾക്കുള്ള ഇന്ധനമായി കവിതയെ മാറ്റി നിർമ്മിക്കുകയാണ് ഹൃദയനാദം. 'നിന്റെ നാവ് നാളെയുടെ നവലോകം സംവിധാനം തീർക്കാൻ പാവപ്പെട്ടവർക്ക് ശക്തിയാവട്ടെ' എന്നും 'ഇന്നിന്റെ ശസ്ത്രക്രിയകൾക്കുള്ള

മൂർച്ചയുള്ള ആയുധമായി തൂലിക ഉപയോഗിക്കുമ്പോഴാണ് നാളെ ഒരു യാഥാർത്ഥ്യമായിത്തീരുന്നത്" എന്നും സ്വന്തം കവിതയോട് പറയാനുള്ള സന്നദ്ധത വർത്തമാനകാല കവികളിൽ എത്ര പേർക്കുണ്ടെന്ന് ഇന്ന് ആറ് പതിറ്റാണ്ടുകൾക്ക് ശേഷവും 'ഹൃദയനാദം' ചോദിച്ചുകൊണ്ടിരിക്കുന്നുണ്ട്.

6
ചോദ്യചിഹ്നം

ആനന്ദഗാനം പാടാ
നാശയില്ലാഞ്ഞിട്ടല്ലെ-
ന്നാശയവിപഞ്ചിയിൽ
ത്തന്ത്രിയില്ലാഞ്ഞിട്ടല്ല;
പദമില്ലാഞ്ഞിട്ടല്ല
പാടുവാൻ, പക്ഷേ ലോക-
ഗതിയൊന്നോർക്കേ വറ്റി
പ്പോകയാണന്തർന്നാദം
മംജുളാദർശം കൊണ്ടു
മകുടം ചൂടീടുന്ന
മർത്ത്യതേ, നീയെന്തെന്തു
കല്പനാ മനോഹരം!
മന്ത്രശാലയിൽ ശാന്തി സന്ധി
സന്ദേശങ്ങളും
യന്ത്രശാലയിൽ രഹ-
സ്യായുധനിർമ്മാണവും!
സംസ്ക്കാരം; അയ്യാ! നാക്കിൽ
ത്തേനൂറും പദമതേ
സംസാരിച്ചഹോ ലോകം
സംഹരിക്കുന്നു തമ്മിൽ
ഹൃദയം -യാഥാർത്ഥ്യത്തെ
മറക്കാൻ വയ്യാതുള്ള

ഹൃദയം ചിരിപ്പതെ
മ്മട്ടുനിൻമുഖം കണ്ടാൽ
ക്കൂരിരുട്ടിനുമന്തർ
മ്മണ്ഡലത്തിങ്കൽക്കാണും
ചാരുവാം പുലരിയെ
നിർമ്മിക്കും വിശുദ്ധികൾ
ഉള്ളിലും പുറമേയും
കറുത്ത കട്ടിക്കരി
ക്കല്ലുതാൻ ദുഷ്ടാത്മാവിൻ
ദുർഘടഹൃദന്തരം!
സ്വല്പമായ്ച്ചിരിപ്പതു
തീപ്പൊരികൊണ്ടാണല്ലോ!
മുപ്പാരുമതിൻജ്വാലാ
മാലയാൽ ഗ്രസിക്കുന്നു.
കേരളത്തിനുമല്ല,
ഭാരതത്തിനുമല്ല,
പാരിതിന്നാകെയുള്ള -
തേകമീപ്രശ്നംതന്നെ.
മാനസവ്യാമോഹത്തിൻ
മോചനം ലഭിക്കാതെ
മാനവൻ പിന്മാറുമോ
യുദ്ധരംഗത്തിൽനിന്നും?
നിത്യനീതിയെ മേന്മേൽ
മാനിയാതിരുന്നാകി-
ലെത്തുമോ ലോകം ശാന്തി
മേഖലാവലയത്തിൽ
വർഗ്ഗഹീനമാമേക-
ലോകത്തിലെന്യേസ്നേഹ-
സ്വർഗ്ഗസായൂജ്യം മർത്ത്യ
ന്നാസ്വദിച്ചീടാനാമോ?
ലോകമേ, തവ മുന്നിൽ
ശോഷിച്ച സമുദായ
മാകവേയൊരു ചോദ്യ-
ചിഹ്നമായ് നിന്നീടുന്നു.

(1953, മണ്ണിന്റെ കവിത)

ചോദ്യചിഹ്നം

'മണ്ണിന്റെ കവിത' സമാഹാരത്തിൽ (1953) ഉൾപ്പെട്ട രാഷ്ട്രീയ കവിതയാണ് ചോദ്യചിഹ്നം. ദേശീയവും സാർവ്വദേശീയവുമായ രാഷ്ട്രീയമാണ് കവിത വിമർശനവിധേയമാക്കുന്നത്. വള്ളത്തോൾ കവിതയുടെ ദേശീയതാപൈതൃകം മലയാള കവിതാജീവിതത്തിൽ തുടർച്ച കണ്ടെത്തുന്നതിന്റെ സാർവ്വ ദേശീയമായ മാതൃകയായി ചോദ്യചിഹ്നം ഉൾപ്പെടെ ഉള്ള വിവികെ കവിതകളെ കാണാം. കേസരി ബാലകൃഷ്ണപിള്ളയുടെ ചങ്ങമ്പുഴയെക്കുറിച്ചുള്ള മറ്റൊരു പ്രസിദ്ധമായ നിരീക്ഷണവും ഇവിടെ ഓർമ്മിക്കാവുന്നതാണ്. മലയാളജനതയ്ക്ക് ചരിത്രപരമായും വംശപരമായുമുള്ള സവിശേഷതകളിൽ ഒഴിവാക്കാനാവാത്ത രണ്ടു പ്രത്യേകതകളുള്ളതിനെക്കുറിച്ചാണ് അദ്ദേഹം പറയുന്നത്. ഒന്ന് സംഗീതാത്മകതയാണ്. നേരിയ വിഷാദാത്മകതയാണ് മറ്റൊന്ന്. ഇവ രണ്ടിന്റെയും കലാപരമായ സന്തുലനം ചങ്ങമ്പുഴയുടെ കൃതികളെ എന്നെന്നും ഓർമ്മിക്കാൻ ഇടയാക്കുമെന്നാണ് കേസരി ദീർഘദർശനം ചെയ്തത്. ചോദ്യചിഹ്നത്തിൽ സംഗീതാത്മകതയുടെയും വിഷാദാത്മകതയുടെയും പാരമ്പര്യത്തിന്റെ തുടർച്ചകളുള്ളത് പ്രസക്തമാണ്. ആനന്ദഗാനം പാടാനുള്ള ആശയുടെയും ലോകഗതി ഓർത്ത് വറ്റിപ്പോകുന്ന അന്തർനാദത്തിന്റെയും മദ്ധ്യേ അകപ്പെട്ടു പോകുന്ന സ്വന്തം ഹൃദയത്തിന്റെ അവസ്ഥയെയാണ് കവിത പിന്തുടരുന്നത്. ഇത് തന്റേത് മാത്രമായ ഒറ്റപ്പെട്ട അവസ്ഥയല്ല. ഒരു കവിതയിൽ പാടി അവസാനിപ്പിക്കേണ്ട പ്രശ്നവുമല്ല. ഈ തിരിച്ചറിവിൽ നിന്നാണ് ഒരു കൂട്ടം കവിതകൾ സമാനമായ രാഷ്ട്രീയ കാലാവസ്ഥയിൽ അമ്പതുകളിൽ പിറവിയെടുക്കുന്നത്; മാനവികത, നീതിബോധം, സമത്വചിന്ത, സഹിഷ്ണുത, സ്വാതന്ത്ര്യം- ഇവയൊന്നും അമൂർത്തമായ പ്രശ്നങ്ങളായല്ല, തന്റെ നിലനിൽപ്പിന്റെ പ്രശ്നങ്ങൾ തന്നെയായാണ് കവിതയിൽ ആവർത്തിച്ച് അവതരിക്കുന്നത്.

സ്വാതന്ത്ര്യപ്രാപ്തിക്കും റിപ്പബ്ലിക് സ്ഥാപനത്തിനുംശേഷം രാജ്യം ദേശീയമായും അന്തർദ്ദേശീയമായും നേരിട്ട പ്രശ്നങ്ങൾ വിവികെ കവിതകൾക്ക് വിഷയമാകുകയോ അവയിൽ ചർച്ച ചെയ്യപ്പെടുകയോ ചെയ്യുന്നുണ്ട്.തെറ്റ് തിരുത്തുക!, നിവേദനം, സന്ദേശം, മനുഷ്യൻ നന്നാവില്ലെ!, ജീവിതമൂല്യം, പഞ്ചശീലം, മേൽവിലാസം, ദുർവ്യയം... തൊള്ളായിരത്തി അമ്പതുകളിലും തുടർന്നും പുറത്ത് വന്ന ഈ രാഷ്ട്രീയ രചനകളൊന്നും (ചോദ്യചിഹ്നം ഉൾപ്പെടെ) ദേശീയതയുടെ അപദാനങ്ങളും ലോകസമാധാന സ്തുതികളുമാവാൻ ഉദ്ദേശിച്ച് രചിക്കപ്പെട്ടവയല്ല. ദേശീയവും സാർവ്വദേശീയവുമായ പ്രധാനപ്പെട്ട പ്രശ്നങ്ങളോടുള്ള വൈകാരികവും ചിന്താപരവുമായ പ്രതികരണങ്ങളാണവ. അതാണ്, ചോദ്യചിഹ്നം ഉൾപ്പെടെയുള്ള രചനകളെ യാഥാർത്ഥ്യങ്ങളാക്കിത്തീർത്തത്. ഒറ്റ വാക്യത്തിൽ ഇങ്ങനെ നിർവ്വചിച്ച് കടന്നുപോകാൻ പറ്റുന്ന ലളിതമായ കാര്യമല്ലയിതെന്ന് ചോദ്യചിഹ്നം ബോദ്ധ്യപ്പെടുത്തുന്നുണ്ട്. രണ്ട് ലോകമഹായുദ്ധങ്ങൾക്കും അണുബോംബ് കെടുതികൾക്കും ശേഷമുള്ള ശീതസമരകാലത്തിന്റെ പേടിപ്പെടുത്തുന്ന നിശ്ശബ്ദത ചോദ്യചിഹ്നം പോലൊരു രചനയെ അനിവാര്യമാക്കി മാറ്റുന്നുണ്ട്. അതിനാൽ ലോകരാജ്യങ്ങൾക്കിടയിൽ അകൽച്ചയും ശത്രുതയും കൈയേറ്റങ്ങളും അധിനിവേശത്വവും അധികാരോന്മാദവും ജാതി-മത-വംശ ഭ്രാന്തും വർഗ്ഗഭേദങ്ങളുമെല്ലാം അന്നത്തേക്കാൾ ഭീഷണമായി തുടരുന്ന ഇക്കാലത്തെ വായനക്കാരന് കവിതയുടെ ഉള്ളടക്കം മനസ്സിലാക്കാൻ വിഷമിക്കേണ്ടിവരില്ല. മനസ്സിലാക്കാൻ വിഷമിക്കുന്നത് വിവികെയുടെ കവിതാജീവിതത്തെ ഏറെ അസ്വസ്ഥമാക്കുന്ന രചനാപരമായ പ്രശ്നങ്ങളെയാണ്. സാർവ്വദേശീയ-ദേശീയ രാഷ്ട്രീയവും അതിന്റെ പ്രശ്നങ്ങളും കവിതയിൽ രചനാപരമായ പ്രതിസന്ധിക്ക് കാരണമായിത്തീരുന്നു. കവിതയുടെ രചനാ പ്രതിസന്ധികളെയും പ്രശ്നങ്ങളെയും തന്നെ, ആഴത്തിലുള്ള ഹൃദയഭാവങ്ങളാക്കി പരിണമിപ്പിക്കുമ്പോഴാണ് ചോദ്യചിഹ്നം ഉണ്ടാകുന്നത്. അന്താരാഷ്ട്ര പ്രശ്നങ്ങളെയും യുദ്ധവിപത്തുകളെയും ആണവായുധക്കെടുതികളെയും തീവ്രമായ ഹൃദയാനുഭവങ്ങളാക്കി മാറ്റി നിർമ്മിക്കുന്നത് രചനാപരമായ പ്രതിസന്ധിയെ മറികടക്കാൻ വേണ്ടിയാണെന്നും ലോകാനുഭവങ്ങളെ സ്വാനുഭവങ്ങളാക്കി ഹൃദയത്തിൽ ചുമക്കാൻ സന്നദ്ധതയില്ലാത്തവരാണ് രാഷ്ട്രീയ വിഷയങ്ങൾ കവിതയിൽ വർജ്ജിക്കേണ്ടതാണെന്ന് അന്നും ഇന്നും കുറ്റപ്പെടുത്തി പറയുന്നത് എന്നും ഓർമ്മിക്കേണ്ടതാണ്. അവരെക്കൂടി ഞെട്ടിച്ചുണർത്തുന്നതാണ് ചോദ്യചിഹ്നത്തിന്റെ രൂപത്തിൽ കവിതയുടെ അവസാനം, അവതരിക്കുന്ന ശോഷിച്ച സമുദായത്തിന്റെ ചിത്രം.

7
മണ്ണിന്റെ പാട്ടുകാരൻ

ഉണ്മയും ഭൂമയുമോമനിച്ചീടുന്ന
മണ്ണിന്റെ മോഹന വേണുവായി
പാടുക പാടുക വിണ്ണിന്റെ ഗായകാ;
പാരിന്റെ പാരവശ്യങ്ങൾ നീക്കാൻ
വേദനിക്കുന്ന ഹൃദയത്തിലാശാ
നിവേദനമാകട്ടെ നിന്റെ ഗാനം
മന്നിതിലേതു കുചേലകുബേരരും
മർത്ത്യതതന്റെ സമതലത്തിൽ
നീതിയർഹിക്കുന്ന രീതിയിൽ ഭാവിയെ
ഗീതിയിൽ ചിത്രീകരിക്കുക നീ
ജീവിത സൗഭഗം പുഷ്പിച്ചുനിൽക്കുന്ന
പൂവനമാകുമരമനയും
അല്ലലാൽ നൊന്തു ഞെരിഞ്ഞൊടിഞ്ഞങ്ങനെ
യേല്ലന്തി നിൽക്കുന്ന പുൽക്കുടിലും
ജീവിതമൂല്യമെടുത്തളന്നീടുക
പാവനമാം നിന്റെ തൂലികയാൽ
ധാർമ്മികലാവണ്യമുറ്റമഗ്ഗാനങ്ങൾ
മർമ്മത്തിലെത്തും മനുഷ്യതയിൽ
ആബാലവൃദ്ധമതേറ്റേറ്റു പാടിട്ടു
മാശയത്തിന്റെ യടിയൊഴുക്കാൽ.

(1954, മിശ്രവീചി)

മണ്ണിന്റെ പാട്ടുകാരൻ

വിവികെയുടെ മിശ്രവീചി (1954) സമാഹാരത്തിൽ മണ്ണിന്റെ പാട്ടുകാരൻ എന്ന കവിത ഉൾപ്പെടുന്നുണ്ട്. മണ്ണിന്റെ പാട്ടുകാരനെ ആരംഭത്തിൽ തന്നെ കവിത സംബോധന ചെയ്യുന്നത് 'വിണ്ണിന്റെ പാട്ടുകാരാ' എന്ന വിശേഷണമുപയോഗിച്ചാണ്. വിവികെ കവിതയുടെ മർമ്മപ്രയോഗമായി 'മണ്ണും വിണ്ണും' ആവർത്തിച്ച് വരുന്നതിന് ഏറെ പ്രാധാന്യമുണ്ട്. ഒരുപക്ഷെ മലയാളത്തിൽ മറ്റാരുടെ കവിതകളിലും കാണാത്തവിധത്തിൽ മണ്ണിന്റെയും വിണ്ണിന്റെയും സമ്പൂർണ്ണ ലയം വിവികെ കവിതകൾ സാധ്യമാക്കിത്തീർക്കുന്നുണ്ട്. വിപരീതങ്ങളുടെ സന്തുലനമെന്നും ഇതിനെ വിളിക്കാം. കവി മണ്ണിന്റെ പാട്ടുകാരനാണ്. കവിത ഇത് പ്രകാരം മണ്ണിന്റെ ഗാനത്തിന്റെ ധർമ്മമാണ് നിറവേറ്റുന്നത്. ഇതോടെ വിവികെ കവിതയിൽ പ്രശ്നങ്ങൾ അവസാനിക്കുകയല്ല ആരംഭിക്കുകയാണ്. മണ്ണിൽ കൃമികീടമായി പിറന്നും ഒടുവിൽ അവിടെത്തന്നെ ഒടുങ്ങിയും അവസാനിക്കുന്ന കെട്ട ജന്മമല്ല കവിതയുടേത്. ഭൂമിയും ആകാശവും തമ്മിലുള്ള വേഴ്ച്ച പോലെ സ്വാഭാവികമായാണ് വിവികെ കവിതയിൽ മണ്ണു വിണ്ണും മേളിക്കുന്നത്. ഭൂമിയുടെ സത്യം (ഉണ്മ) ഗാനം ചെയ്യുന്നത് സ്വർഗ്ഗീയ ഭംഗി പകർന്ന് (ളുമ). മണ്ണിന്റെ ഓടക്കുഴൽ നാദമായി കവിത പരിണമിക്കുന്നത് ക്ഷുദ്ര ജന്മങ്ങൾക്ക് ചിറക് മുളക്കുന്നത്പോലെ അനായാസമായാണെന്ന് വിവികെ കവിത ബോദ്ധ്യപ്പെടുത്തുന്നുണ്ട്. സാമൂഹ്യമായ വൈരുദ്ധ്യങ്ങളെ നേരിടുന്നതിന് സ്വാതന്ത്ര്യപ്രാപ്തിക്ക് ശേഷമുള്ള മലയാളകവിത കണ്ടെത്തിയ കാവ്യയുക്തിയായി വിവികെ കവിതയിലെ സ്വർഗ്ഗ നരകങ്ങളുടെ (മണ്ണും വിണ്ണും) ഒന്നിക്കലിനെ കാണാം.

കുചേലനും കുബേരനും തുല്യനീതി വിഭാവനം ചെയ്യുന്ന ഗീതിയാവണം കവിതയെന്ന് പ്രകടമായി ഇവിടെ പറയുന്നുമുണ്ട്. എല്ലാ സൗഭാഗ്യങ്ങളും തികഞ്ഞ അരമനകളും അല്ലലുകളാൽ ഞെരിഞ്ഞ് കഴിയുന്ന എല്ലുന്തിയ

പുൽക്കൊടിലുകളും ഒരേ ജീവിതമൂല്യബോധത്താലാണ് കവിതയിൽ അളക്കപ്പെടുന്നത്. ആത്യന്തികമായി ഇത് സമൂഹത്തിലെ വൈരുദ്ധ്യങ്ങളെ (കവിതയിലെ മണ്ണ്/വിണ്ണ് ഭേദ കൽപ്പനയെ) ഇല്ലായ്മ ചെയ്ത് കവിതക്ക് ശാശ്വതധാർമ്മിക ലാവണ്യം പകർന്നു നൽകുമെന്ന് പ്രതീക്ഷിക്കപ്പെടുന്നുണ്ട്. മഹത്തായ ഈ ആശയത്തിന്റെ പ്രേരണയാൽ ലോകത്തേവരും കവിതയുടെ ഈ ആദർശ മാതൃക ഏറ്റു പാടുതന്നെ ചെയ്യുമെന്ന ഉറച്ച ബോദ്ധ്യം പ്രകടിപ്പിക്കപ്പെടുകയും ചെയ്യുന്നു.

8
മണ്ണിന്റെ മനോരാജ്യം

സ്വപ്നംകാണുന്നു ഞങ്ങളിന്നാടിൻ
യത്നസുന്ദര മംഗളരൂപം.
കർഷകന്റെ കരളിൽ കിനാവിൻ
ഹർഷ ബീജങ്ങൾ വാരിവിതച്ചു;
ഭാവനയുടെ ഭാഗ്യവിഭാതം
ഭാവിച്ചാലും ഭവിച്ചതില്ലല്ലോ!
വാക്കിൽപ്പഞ്ചാരയുകം നിയമം
നാക്കിലെത്തിട്ടും കാഞ്ഞിരക്കായ്!
തൂവലിൻ മുനയെന്തറിയുന്നു
ജീവൽസ്പന്ദനത്തിന്റെ ഞരക്കം!
നീരും ചോരയുമുള്ളവരാണി-
ന്നാരും മണ്ണിന്റെ മക്കളിപ്പാരിൽ!
കണ്ണുനീരിൽകലങ്ങും കരളിൻ
വർണം വീണ വിളറിയ ചിത്രം
എന്തിനാലും തിരുത്തണം രാജ്യ-
തന്ത്രധർമ്മകലാ ശില്പബോധം!
ജീവിതത്തിന്റെ യാദ്യപാഠത്തിൽ
കൈവെച്ചീടുന്ന ദേശികനേയും
ലോകം പുക്കുവാൻതന്നെ പാടത്തിൽ
വേകം പാവമാം കർഷകനേയും
വിസ്മരിക്കാതെ വിത്തിറക്കട്ടെ
വിസ്തൃത നിയമത്തിന്റെ കൈകൾ!

പാവപ്പെട്ടാർക്കാർക്കുമീ മണ്ണിൽ
ജീവിക്കാനുള്ള മാർഗ്ഗമില്ലെങ്കിൽ
എന്തു ഭദ്രനിയമാവലിയും
ചീന്തിച്ചീന്തിയെറിഞ്ഞിടുംകാലം!
ആകാശത്തിലമരാവതിയാ-
ലാനന്ദം നുകരട്ടെ പണക്കാർ!
എന്നാൽ, മണ്ണിന്റെ മക്കൾക്കു മണ്ണിൽ
വിണ്ണുണ്ടാക്കാനനുമതിവേണം!

(1954 വല്ലകി)

മണ്ണിന്റെ മനോരാജ്യം

വി.വി.കെ.യുടെ കവിതാ ജീവിതത്തിന്റെ യഥാർത്ഥ ഭൂമിക, മണ്ണാണ് എന്ന് പലരും പല ഘട്ടങ്ങളിലായി ആവർത്തിച്ച് പറഞ്ഞു പോന്നിട്ടുണ്ട്. കവിതയുടെ ഗുരുത്വകേന്ദ്രം മണ്ണ് തന്നെയാകുന്നത് ആരെയും ആശ്ചര്യപ്പെടുത്തേണ്ട കാര്യമില്ല. പക്ഷെ ജീവിതത്തിലെന്നപോലെ കവിതയിലും മണ്ണിൽ മുള പൊട്ടുന്നത് മണ്ണിൽത്തന്നെ ഒടുങ്ങിത്തീരില്ല. വിവികെ കവിതക്ക് മണ്ണ് ഒരു പ്രശ്നഭൂമികയായി അനുഭവപ്പെടുന്നത് അപ്പോഴാണ്. കീടജന്മങ്ങൾ വർണ്ണച്ചിറകുകളെയും ആകാശജീവിതങ്ങളെയും സ്വപ്നം കണ്ടു തുടങ്ങുന്നതോടെ, മണ്ണിന്റെ കവിത വിണ്ണിന്റെയും കവിതയായിത്തീരുന്നു. ഒരു ജൈവ പരിണാമം പൂർത്തീകരിക്കപ്പെടുന്നു. മണ്ണും വിണ്ണും എന്നത് ദാർശനികക്കരുക്കല്ല, അതൊരു ജൈവസത്യം മാത്രമാണ് - 'മണ്ണിന്റെ മനോരാജ്യ'ത്തോടൊപ്പം ചേർന്നു നിൽക്കുന്ന 'കർഷകന്റെ കവിത', മണ്ണിന്റെ പാട്ടുകാരൻ, നമുക്ക് കർഷകരാവുക, കുടിലിലെ കല ഹൃദയാങ്കുരം തുടങ്ങിയ കവിതകളെല്ലാം ഒരേയൊരു ജൈവ സത്യത്തെത്തിന്റെ ബഹിർസ്ഫുരണങ്ങൾ തന്നെയാണെന്ന്, ഇന്നത്തെ അവസ്ഥയിൽ കുറെക്കൂടി വ്യക്തമായി തിരിച്ചറിയാൻ കഴിയേണ്ടതുണ്ട്. വികസ്വരമായ പരിസ്ഥിതി അവബോധം, ശക്തമായ അടിയൊഴുക്കായി ഈ കവിതകളിൽ പ്രവർത്തിക്കുന്നത് കാണാൻ പുതിയ വായനക്ക് സാധിക്കുന്നുണ്ട്. വിണ്ണോളം വളരുന്ന മണ്ണിലെ ജീവിതം-അതാണ് 'മണ്ണിന്റെ മനോരാജ്യം. 'മണ്ണിന്റെ പാട്ട്", വിണ്ണിന്റെ ഗാനത്തിൽ തുടർച്ച കണ്ടെത്തുന്നു. പ്രകൃതിയുടെ സ്വാഭാവിക നിയമം, ഭൂമിയുടെ തുടർച്ചയായി ആകാശത്തെ സങ്കൽപ്പിക്കുന്നു. എന്നാൽ മനുഷ്യൻ സൃഷ്ടിച്ച നിയമം ഈ വളർച്ചയേയും തുടർച്ചയേയും തടയുന്നു.

വി.വി.കെ.യുടെ കവിതയിൽ മണ്ണിനെ (വിണ്ണിനെയും) ഒരു പ്രശ്നമേഖലയാക്കിത്തീർക്കുന്നത് ആരാണെന്ന് വ്യക്തമാക്കപ്പെടുന്നുണ്ട്. ആരാണ് മണ്ണിന്റെ മനോരാജ്യത്തിന് തടസ്സം നിൽക്കുന്നത്?

ആരാണ് മണ്ണിന്റെ ഗാനങ്ങൾക്ക് അപശ്രുതിയായി ത്തീരുന്നത്? തുമ്പയേയും തുളികയേയും തടയുന്നത് ആരുടെ ഭദ്രമായ നിയമാവലി കളാണെങ്കിലും അവയെ 'കാലം ചീന്തിച്ചീന്തിയെറിയുക തന്നെ ചെയ്യും' എന്നത് ഏത് കാലത്തെയും സ്വേച്ഛാധിപതികൾക്ക് വിവികെ കവിത നൽകുന്ന ശക്തമായ മുന്നറിയിപ്പ് തന്നെയാണ്.

9
ഹൃദയാങ്കുരം

കതിരിട്ടു നിൽക്കുമാക്കനക പ്രതീക്ഷകൾ
പതിരാണുമുക്കാലുമെന്നുവന്നാൽ;
ഉദയംതൊട്ടസ്തമയം വരെപ്പാടത്തി
ലുഴലും പ്രയത്നങ്ങൾക്കർത്ഥമെന്തേ?
സഹജാത, കർഷക, നിൻതപ്തജീവനിൽ
സഹതാപബാഷ്പം പൊഴിഞ്ഞതുണ്ടോ?
മഹിതഫലത്തിനായ് മനുജബീജങ്ങളെ
മഹിയിൽ വിതച്ച ജഗൽപ്പിതാവും
വികൃതോഗ്രദുർഗ്രഹപ്പൊയ്ത്തിന്റെ കൊയ്ത്തിനാൽ
വിവശനായ് നിന്നിലും ഖിന്നനല്ലേ?
ഉരുകംഹൃദയത്തിന്നുറവുകളൊക്കെയും
കരിമുകിൽക്കണ്ണിലെ വറ്റിയെന്നാം
കരണീയം ക്ലേശത്തിൻ കുമ്പാരക്കററകൾ
ത്വരയിൽച്ചവുട്ടിമെതിക്കുകയാം.
പതിരെല്ലാം തൂറ്റി നീ പാറ്റുകിലൊരുമണി
പുതിയതാം നാളത്തെ വിത്തു കാണാം.
വിതയിലും കൊയ്ത്തിലും വിപരീതരീതികൾ
വിളയുമ്പോൾ പാടേപകച്ചപാടം
നവകാവ്യംപോലതു വിരിമാറിലോമനി-
ച്ചവനിക്കഭിനവകാന്തിയേകാം.
ഉചിതപ്രതിഫലമരുളിടും വിത്തിനെ
യുലകെത്രനാളായ്ത്തിരഞ്ഞിടുന്നു?

നിനവിന്റെ നാനാങ്കുരങ്ങളും നന്മതൻ
നറുമണം തൂകും മലർനിരയും
അതുലമാം രുചിരഫലങ്ങളുമരുളുന്ന
ഹൃദയകേദാരമിരിപ്പതെങ്കിൽ!
അണുപോലും കാലവും ഹേതുവുമെന്നിയെ
യലിവിന്നലിയുവാനാകുമെങ്കിൽ!
ഉലകമെന്നല്ലേതു നരകവും തളിരിട്ടു
വളരും മനോഹര നന്ദനമാം!
മനുജന്റെയുള്ളിനെയുള്ളു തലോട്ടുകിൽ
മധുരപ്രതീക്ഷകൾക്കർത്ഥമുണ്ടാം.

(1954 മിശ്രവീചി)

ഹൃദയാങ്കുരം

'ഹൃദയാങ്കുരം' (1954) മിശ്രവീചിയിൽ ഉൾപ്പെട്ട 'ഹൃദയാങ്കുരം' മൂന്ന് ആഖ്യാനങ്ങളെ ഇണക്കിച്ചേർത്ത് ഇഴയടുപ്പമുള്ള ഒരാഖ്യാനമാക്കി കവിതയെ മാറ്റി നിർമ്മിക്കയാണ്. ദൈവത്തിന്റെയും മനുഷ്യന്റെയും വിധികളിൽ തുല്യത കണ്ടെത്തുന്ന മാനവികമായ ഒരു ദർശനം, കവിതയുടെ അടിയൊഴുക്കായി പ്രവർത്തിക്കുന്നുണ്ടെന്ന് കാണാം. ഭൂമിയുടെയും സ്വർഗ്ഗത്തിന്റെയും കവിതയുടെയും പ്രകൃതികളാണ് കവിതയിൽ സമാനങ്ങളാകുന്നത്. കർഷകന്റെയും ജഗൽപിതാവിന്റെയും കവിയുടെയും പാഴായിത്തീരാവുന്ന പ്രയത്നത്തെ കവിത പിന്തുടരുന്നു. പതിരാവുന്നത് കർഷകന്റെ വിളയാണ്. ദൈവത്തിന്റെ സൃഷ്ടിയാണ്. കവിയുടെ കാവ്യബീജമാണ്. ശാരീരികവും ആത്മീയവുമായ പ്രയത്നങ്ങളുടെ സമാനത, കവിയേയും കർഷകനെയും ഈശ്വരനെയും ഒരൊറ്റ സമനിരപ്പിൽ ഒന്നിപ്പിക്കുന്നു. കവിത വേപഥുകൊള്ളുന്നത്, വർത്തമാനകാല യാഥാർത്ഥ്യത്തിന്റെ ക്രൂരതയെ ഓർത്ത്. പതിരായിപ്പോകുന്ന വിത്തുകളുടെ വിധിയെ ഓർത്ത്. കവിത ഭൗതികതയുടെ വിസ്തൃതിയിലും ആത്മീയതയുടെ ആഴങ്ങളിലും സൃഷ്ടിയുടെ രഹസ്യം തേടുകയാണ്. നിഷ്ഫലമാവുന്ന സൃഷ്ടിയുടെ സങ്കടങ്ങളിലും സഫലമാവുന്ന സന്തോഷങ്ങളിലും അലിഞ്ഞു ചേരാതെ ദാർശനികമായ അകലം പാലിക്കാൻ കഴിയുന്നു എന്നതാണ് 'ഹൃദയാങ്കുര'ത്തിന്റെ അനന്യത. അധിവസിക്കുന്ന ഭൂമിയുടെ അടരുകളെയും ഉറവകളെയും പുതുതായി കണ്ടെത്തുന്നതുപോലെ തന്നെ പ്രധാനമാണ്, അനുഭവജീവിതത്തിലെ അടരുകളെയും ഉറവകളെയും കുറിച്ചുള്ള അന്വേഷണങ്ങളും. സ്വന്തം ഭൗതിക ജീവിതത്തിലെയും കവിതാജീവിതത്തിലെയും അനുഭവങ്ങളുടെ അടരുകളേയും ഉറവുകളെയും കുറിച്ചുള്ള അന്വേഷണമാണ് ഹൃദയാങ്കുരം എന്ന ദാർശനിക കവിതയുടെ ചോദന. സഫലവും നിഷ്ഫലവുമായ സ്വാനുഭവങ്ങളോട് പുലർത്തുന്ന നിർമ്മമത, കവിത എത്തിച്ചേർന്ന ഔന്നത്യത്തിന് നിദാനമാണ്.

10
ഒരു കുട്ടകവിത

നാവിലും കാതിലും നൃത്തമാടീടിലും
നാദാനുമോദിനി, നീ കാവ്യമോഹിനി,
പാടാത്ത പാട്ടിന്റെ മാധുര്യമോർത്തു ഞാൻ
നേടാത്ത പൊന്നിന്റെ മാറ്റുനോക്കീടവേ;
അന്തരാത്മാവെപ്പുണർന്നു നീ നിൻഭാവ-
ബന്ധശില്പങ്ങളാലാനന്ദദേവതേ!
അന്നൊരന്തിയ്ക്കു ഞാൻ മന്ദിരാരാമത്തി-
ലെന്തൊക്കെയോ ശീലുമൂളിയിരിയ്ക്കയാം;
അമ്മ വിളിയ്ക്കേക്കളിയ്ക്കുവാൻ ചെല്ലാതെ
യെന്മടി പൂകിയെൻ ജീവന്റെ മാധുരി.
അപ്പവലംഗരജസ്സെന്റെ മേനിയിൽ
കല്പകപ്പൂമ്പൊടി വാരി വിതച്ചയായ്!
കാളിദാസോക്തിതൻ കാവ്യകൌതുഹല-
മോളം തുളുമ്പിയെൻ ചേതനാസീമയിൽ!
അമ്മ വർണ്ണിയ്ക്കയായ് "മോളും കവിതയു-
മച്ഛനൊരോരേപോൽ പ്രിയപ്പെട്ടതല്ലയോ?
ഒന്നീ മടിയിലുമൊന്നാ മനസ്സിലും
നിന്നിടയ്ക്കൊക്കെയും കാട്ടും വികൃതികൾ.
ഒന്നിന്റെ ദുശ്ശാഠ്യമൊന്നിനു താരാട്ടു
തന്നെയെന്നോർത്തു പിതാവും രസിച്ചടൻ
പൊന്നോമനകളെപ്പാടിയുറക്കിട്ടു
മൊന്നിനെ ലാക്കോട്ടിലൊന്നിനെത്തൊട്ടിലിൽ!"

അച്ഛന്റെ ചാരത്തു പുത്രിയെത്തുമ്പൊഴേ-
ക്കമ്മ തന്നുള്ളിൽക്കവിതയുറന്നു പോയ്!
ആത്മലാവണ്യങ്ങളന്യാശയങ്ങളിൽ
പുഷ്പിയ്ക്കുമല്ലോ മനോധർമ്മരശ്മിയിൽ!
രണ്ടുമിങ്ങൗരസപുത്രിമാരെങ്കില്വ-
മുണ്ടവർ തങ്ങളിൽബ്ഭേദമൊന്നോതി ഞാൻ!
"ഈ മണിക്കുഞ്ഞെന്റെ നെഞ്ചിലുറങ്ങവേ-
യാമനക്കുഞ്ഞന്യനെഞ്ചിലുണർന്നിടും!
ദിവ്യാനുഭൂതിതൻ നവ്യാശയങ്ങളാൽ-
ക്കാവ്യാന്തരീക്ഷം വിശാലമാണെങ്കിലും
പാടുവാനാകാത്ത സത്യമേ, നിന്റെ കാ-
ല്പാടാണ് സല്ലലാമുദ്രയെൻ ജീവനിൽ."

(മാതൃഭൂമി ആഴ്ചപ്പതിപ്പ് 1957 ഒക്ടോബർ 27)

'എന്റെ കവിത' എന്ന സമാഹാരത്തിൽ ഒരു കുട്ടകവിത എന്ന പേര് മാറ്റി 'എന്റെ കവിത' എന്നാക്കി 1961ൽ.

ഒരു കൂട്ടുകവിത

കവി, കവി പത്നി, മകൾ-ഗാർഹികമായ അന്തരീക്ഷത്തിൽ മൂന്നു ബിന്ദുക്കളെയും സംയോജിപ്പിക്കുകയാണ് 'ഒരു കൂട്ടുകവിത' (1957) എന്ന് പറയാം. ഒരർത്ഥത്തിൽ ഇത് മണ്ണിന്റെയും വിണ്ണിന്റെയും ഒരു കൂടിച്ചേർച്ചയാണ്. അതിനാൽ തന്റേത് കേവലമായ ഒരു കവിതയാകുന്നില്ല. കൂട്ടുകവിതയാണിത്-ശീർഷകം ഉറക്കെ പറയുന്നുണ്ട്. ആകാശസ്വപ്നങ്ങളും ഭൂമിസത്യങ്ങളും ഇഴയും പാവുമിട്ട് ഭാവന നെയ്തെടുക്കുന്ന, തന്റെ 'കൂട്ടുകവിത'യെ. വ്യക്തിപരമായി, ഇത് കവിയുടെ പോലും സ്വത്തല്ല -വായനയുടെ പക്ഷത്ത്നിന്ന് കവി പത്നി പ്രകടിപ്പിക്കുന്ന ആശയം കൂടി ചേർന്നാണ് 'ഒരു കൂട്ടുകവിത'യെ രൂപപ്പെടുത്തുന്നതെന്ന് ഓർക്കേണ്ടതുണ്ട്. ഉള്ളടക്കത്തിലും രചനയിലും കവിത പ്രത്യക്ഷത്തിൽ ലളിതമാണ്. എന്നാൽ രചനയുടെയും ആസ്വാദനത്തിന്റെയും സങ്കീർണ്ണമായ പ്രക്രിയകളെയെല്ലാം അത് പിന്തുടരുകയും ചെയ്യുന്നു. വിണ്ണിലെ സ്വപ്നലോകം, മണ്ണിലെ യാഥാർത്ഥ്യം, വായനയിലെ 'ആസ്വാദ്യത'- മൂന്നു പ്രക്രിയകളുടെയും കൂടിച്ചേർച്ചയെ കൂട്ടുകവിത വിഭാവനം ചെയ്യുന്നുണ്ട്. ആഴമധികമില്ലെന്നു തോന്നിപ്പിക്കുന്ന തെളിമ ജീവിതത്തിലെന്നപോലെ കവിതയിലും കയങ്ങളെ മറയ്ക്കാൻ ചിലപ്പോൾ ഇടവരുത്താറുണ്ട്. സാധാരണ ജീവിതം സമ്മാനിക്കുന്ന നൈസർഗ്ഗികാനുഭവത്തെ മറയാക്കി, കവിത എന്താണെന്നും അത് എങ്ങനെ എവിടെയെല്ലാമാണ് രൂപപ്പെടുന്നതെന്നും ബിംബ ഭാഷയിൽ സംഗ്രഹിക്കുകയാണ് 'ഒരു കൂട്ടുകവിത'.

ഇത്രമാത്രം പറഞ്ഞവസാനിപ്പിക്കുന്നത് യഥാർത്ഥത്തിൽ വിവികെയുടെ കൂട്ടുകവിതകളോട് നീതി പുലർത്തലാവില്ല. ശൂന്യതയിൽ പെട്ടെന്നുള്ള ഉൾവിളിയുടെ പ്രേരണയാൽ 'കൂട്ടു കവിത' എഴുതപ്പെട്ടു കയില്ല. ദാർശനികവും രചനാപരവുമായ പ്രതിസന്ധിയെ മറികടക്കാനുള്ള ഒരു ശ്രമം അതിന് പിറകിലുണ്ട്. തന്റെ സമകാലികരായ ജിയുടെ

ആദ്ധ്യാത്മിക യാത്രകളിൽ നിന്നും കൃഷ്ണവാരിയരുടെ ഭ്രമാത്മകഭാവന യിൽ നിന്നും വൈലോപ്പിള്ളിയുടെ വൈരുദ്ധ്യ ദർശനത്തിൽ നിന്നും വഴിമാറി നടക്കാനും അവരുമായുള്ള വിയോജിപ്പുകൾ പ്രകടിപ്പിക്കു വാനുമുള്ള അവസരങ്ങളായിത്തീരുകയാണ് 'കുട്ടുകവിത'കൾ. ആദ്യം 'ഒരു കുട്ടുകവിത'യായിരുന്നത് (1957). പിന്നീട് 'എന്റെ കവിത'(1961) യായതിന് പിന്നിലുള്ളത്, തന്റെ കവിതയെ സ്വയം നിർണ്ണയിക്കുന്ന തിനും കൃത്യമായി നിർവ്വചിക്കുന്നതിനുമുള്ള കവിയുടെ പക്വമായ ശ്രമം തന്നെയാണ്.

11
ഹൃദയബിന്ദു

രണ്ടു രാഗത്തിൽപ്പാട്ടുമേകമാം ഗാനം പോലെ-
യെന്റെയും ഭവാന്റെയും ജീവിതം ചലിയ്ക്കുന്നു.
വൈരുദ്ധ്യമല്ലാതില്ല വൈരുധ്യ, മതിൻ ശബ്ദ-
വൈചിത്ര്യം സ്വരചേർച്ചയ്ക്കൊന്നിനായ്‌വർത്തിയ്ക്കുന്നു.
പാടുവാൻ പദങ്ങളും രംഗവും യോജിക്കാഞ്ഞാൽ
പാടവം വിജയിക്കില്ലേതാത്മഗാതാവിന്നും.
ഭാഷയും ഭാവങ്ങളുമായതിന്നനേകമാം
ദോഷവും ഗുണങ്ങളും ചേർത്തു താൻ വ്യാഖ്യാനിയ്ക്കും.
ഭാവദീപ്തിയാലാത്മസൗഭഗം ചാർത്തും കലാ-
ജീവിതത്തിനു കാലഹരണം കാണാറുണ്ടോ?
കാണുമതിന്നതീതമാം ജീവിതാനന്ദം പുല്ക-
മുണ്മയെക്കാണുമാനന്തർല്ലോചനം വെമ്പീടുമ്പോൾ
ആ യുഗത്തിനു ധർമ്മശൈലികളണിയിക്ക-
മായതവിഭാവനാലോപനൻ കലാകാരൻ!
നഗ്നയാഥാർത്ഥ്യം മാത്രം ശ്വസിച്ചാൽ സ്വർഗ്ഗോത്തര-
സർഗ്ഗലാവണ്യം കലയ്ക്കപ്പൊഴേ വിനഷ്ടമായ്!
നിത്യസൗന്ദര്യം ചുഴും സത്യകോടീരം ചൂടി
മർത്ത്യനീതികൾ വാഴ്‌വൂ കല തൻ കൊട്ടാരത്തിൽ.
പൂവിനെക്കുറിച്ചൊന്നു പാടീടും കവീന്ദ്രനോ
ഭൂവിന്റെ പരിണാമമതിലുൾക്കൊള്ളിയ്ക്കുന്നു
മഴവില്ലെഴുതുന്ന ചിത്രകാരനിപ്പാരി-
ന്നഴകിൻ ക്ഷണസ്ഥിതിക്കാഖ്യാനമേകീടുന്നു.
സ്വന്തമാം സംതൃപ്തിയ്ക്കാണാത്മാവിഷ്കൃതിയെന്നു

ചന്തത്തിലാട്ടും മയിലാരെയുമോർമ്മിപ്പിക്കേ,
ആരുടെ പ്രശംസയ്ക്കുമല്ല ഞാൻ പാടുന്നതെ-
ന്നാരോമൽകളകണ്ഠമാരോട്ടുമുൽഘോഷിക്കേ,
"ഉണ്ടെനിക്കൊരു ഗാനം പാടുവാൻ ഹൃദയത്തിൻ
തണ്ടലർ വിരിഞ്ഞെങ്കി"ലെന്നു താൻ കവീന്ദ്രനും!
മാനവസ്നേഹം തെളിച്ചീടുന്നൊരാത്മാവിന്റെ
ഗാനത്തെ തിരുത്തുവാൻ ശാസ്ത്രത്തിനാവില്ലല്ലോ!
പാടുന്ന പാട്ടിന്നെല്ലാമപ്പുറം കേൾക്കാകുന്നു
പാടാത്ത ലോകത്തിന്റെയജ്ഞാതരാഗം ഗാനം.
ആശ്ചര്യവികസ്വരഭാവനായ്ത്തീരും കവി-
യാശയം പുതുതൊന്നു പാടീടും, വീണ്ടും കേൾക്കും.
കഴിവിൻ കൈക്കുമ്പിളാലവതും കോരും മോന്തു-
മഴകിൻ കടൽത്തീരത്തമരും കലാഭക്തൻ.
നാലു തുള്ളിയാൽ നാടു പാലാഴിയാക്കും സുധാ-
നാദബിന്ദുവിന്നവൻ തപസ്സാചരിച്ചീടും.
അക്കലാതപസ്സിന്റെ സംസിദ്ധി ലോകത്തിന്റെ-
യുൽക്കർഷം കുറിച്ചീടും ഭാഗ്യരേഖകളല്ലോ.

(മാതൃഭൂമി ആഴ്ചപ്പതിപ്പ്, 1960 ഡിസംബർ 25)

ഹൃദയബിന്ദു

വി.വി.കെ കവിതാ ശീർഷകങ്ങളിൽ 'മണ്ണ്' പോലെതന്നെ 'ഹൃദയ'വും ആവർത്തിക്കപ്പെടുന്നത് ആ കവിതാ ജീവിതത്തെ സൂക്ഷ്മമായി നിരീക്ഷിക്കുന്നവരെ ഒട്ടും അത്ഭുതപ്പെടുത്തുന്നില്ല. ഹൃദയാങ്കുരം, ഹൃദയഗായകൻ, ഹൃദയാർച്ചന, ഹൃദയപുഷ്പം, ഹൃദയബാഷ്പം, ഹൃദയനാദം, ഹൃദയരശ്മി, ഹൃദയപൂജ- തുടരുകയും ആവർത്തിക്കുകയും ചെയ്യുന്ന കവിതയിലെ ഈ 'ഹൃദയപരമ്പര'യിൽ 'ഹൃദയബിന്ദു'വും (1960) അതിന്റെ വ്യത്യസ്ത താളം വേറിട്ട് കേൾപ്പിക്കുന്നു. കേവലം ഒരു പദത്തിന്റെയോ ബിംബത്തിന്റെയോ ആവൃത്തിയുടെ അടിസ്ഥാനത്തിൽ വി.വി.കെ കവിതയെക്കുറിച്ച് ധൃതിയിൽ സാമാന്യവത്ക്കരണങ്ങളും ലളിതവത്ക്കരണങ്ങളും നടത്തുന്നത് തീർച്ചയായും നമ്മുടെ വഴി തെറ്റിക്കും. വ്യത്യസ്ത കാലങ്ങളിലും വ്യത്യസ്ത സാഹചര്യങ്ങളിലും രൂപപ്പെട്ട 'ഹൃദയ'കവിതകൾക്ക് തമ്മിൽ രൂപത്തിലും ഭാവത്തിലും സമാനതകൾ കുറവാണ്. എങ്കിലും 'മണ്ണ്' വിഭാഗം കവിതകളിലെന്നപോലെ ഈ 'ഹൃദയ' കവിതകളിലും തെളിഞ്ഞു കാണപ്പെടുന്ന ചില സത്യങ്ങളുണ്ട്. അവ എന്താണെന്നും ഹൃദയബിന്ദുവിൽ അവ സാക്ഷാൽക്കരിക്കപ്പെടുന്നത് എങ്ങനെയെന്നുമാണ് ചോദ്യം.

കവിത കവിയുടെ എന്ന പോലെ ഒരു ജനതയുടെയും ബോധത്തെയും അബോധത്തെയും ഗ്രഹിക്കാൻ നമ്മെ ഏറെ സഹായിക്കുന്നുണ്ട്. കവിത എന്താണെന്നും അതിന്റെ പ്രവർത്തനവും പരിണാമവും എങ്ങനെയൊക്കെയാവാമെന്നും, 'ഹൃദയബിന്ദു' സൂക്ഷ്മമായി പരിശോധിക്കുന്നു. ആരോടാണ് എന്തിനോടാണ് കവിതയുടെ ആഭിമുഖ്യം?-കവിത ഉയർത്തുന്ന ചോദ്യങ്ങളും അവയ്ക്കുള്ള മറുപടികളുമെല്ലാം തൊള്ളായിരത്തിനാൽപ്പതുകളിലും അമ്പതുകളിലും മലയാളകവിത നേരിട്ട യഥാർത്ഥ പ്രശ്നങ്ങൾ തന്നെയാണെന്ന് ഓർക്കേണ്ടതുണ്ട്. രൂക്ഷമായ സാമൂഹ്യ

വൈരുദ്ധ്യങ്ങൾ വേദനാപൂർണ്ണവും ഹിംസാത്മകവുമായ വിപ്ലവത്തിലേക്ക് വഴി തെളിയിക്കും-ഇനിയും നിർണ്ണയിക്കപ്പെട്ടു കഴിഞ്ഞിട്ടില്ലാത്ത ചരിത്രത്തിന്റെ കുഴഞ്ഞു മറിഞ്ഞ അവസ്ഥയെക്കുറിച്ച് 'കുടിയൊഴിയ്ക്കൽ' ആവശ്യമായ മുന്നറിയിപ്പുകൾ നൽകുന്നുണ്ട്. 'ഇരുപതാം നൂറ്റാണ്ടിന്റെ ഇതിഹാസ'വും മറ്റും ചരിത്രദിശയെ നിഷേധാത്മകവും സാങ്കൽപ്പികവുമായി നോക്കിക്കാണാൻ പ്രേരിപ്പിച്ചു. 'ഹൃദയബിന്ദു'വിൽ ഉയർത്തുന്ന ചോദ്യങ്ങളും പ്രശ്നങ്ങളുമെല്ലാം ഈ യാഥാർത്ഥ്യങ്ങളുടെ അനുരണനങ്ങളോ അവയോടുള്ള കവിതയുടെ പ്രതികരണങ്ങളോ ആണ്.

കവിത എന്താണ്? അതിന്റെ വഴിയെന്ത്? സ്വഭാവമെന്ത്? ആത്മബോധത്തിന്റെ ആഴങ്ങളിൽ ഗാഢമായ അന്വേഷണങ്ങളിലേർപ്പെടാനുള്ള സന്ദർഭവും പ്രേരണയും 'ഹൃദയബിന്ദു'വിന് പകർന്നു കിട്ടുന്നത്, സവിശേഷമായ ചരിത്രസാഹചര്യങ്ങളിൽ നിന്നാണെന്നതാണ് സത്യം. ഭൂമിയുടെ പുത്രന്റെയും സ്വർഗ്ഗത്തിന്റെ രക്ഷകന്റെയും വിപരീത സ്ഥാനങ്ങൾ ഒരേ സമയം ഏറ്റെടുക്കാൻ നിയുക്തനായ യുറാനസ് എന്ന ഗ്രീക്ക് ദേവന്റെ സന്ദിഗ്ദ്ധതയിൽ 'ഹൃദയബിന്ദു' അകപ്പെടുന്നത്, കവിതയെ ഏറെ സംവാദാത്മകമാക്കി മാറ്റുന്നുണ്ട്.

വി.വി.കെയുടെ നോട്ട്ബുക്ക്

ഒന്ന്

വിവികെയുടെ ജീവിതത്തെയും കവിതയേയും കുറിച്ചുള്ള അന്വേഷണം എന്നെ ഒടുവിൽ കൊണ്ടു ചെന്നെത്തിച്ചത് എരുവട്ടിയിലെ കവിയുടെ വീട്ടിലേക്ക് തന്നെയാണ്. 'വിവികെ കവിത'യുടെ മുറിച്ചു മാറ്റാൻ കഴിയാത്ത വേരുകൾ ഇവിടെ ഇപ്പോഴും ആഴത്തിൽ പരന്നു കിടപ്പുണ്ട്. സ്കൂൾ ജീവിതത്തിനിടയിൽ കുറച്ചുകാലം (1959 62) ഈ ഗ്രാമം എന്റേത് കൂടിയായിരുന്നു. കവിയുടെ ജീവിതത്തിന്റെയും അവസാന വർഷങ്ങളാണിവ. തോട്ടിൻ കരയും വയലും വരമ്പുകളും ഇടവഴിയും അന്നേ പരിചിതമാണ്. ഇപ്പോഴും കാര്യമായിഒന്നും മാറിയിട്ടില്ല. തോടും കരയും തോടിന് കുറുകെ 'മാധുരീ സദന'ത്തിലേക്കുള്ള പഴയ സിമന്റ് പാലവും പണ്ടത്തെപ്പോലെതന്നെ ഇന്നും. വിസ്തൃതമായ വീട്ടുപറമ്പും പരിസരവും വേർതിരിക്കാൻ മതിലുകളൊന്നും ഇടയ്ക്ക് പ്രത്യക്ഷപ്പെടാതെ ഒരൊറ്റ നിരപ്പായിത്തന്നെ കാണപ്പെടുന്നു. തൊട്ടടുത്തുള്ള ഒതയോത്ത് വീടും കുളവും പരിസരവും കടന്ന് റോഡ് വരെയുള്ള ദൂരകാഴ്ചയെ തടസ്സപ്പെടുത്താൻ ഒന്നുമില്ല. ഉയർച്ച താഴ്ചകളെയും വേർതിരിവുകളെയും തട്ടിമാറ്റി നിരപ്പാക്കിത്തീർക്കുന്ന ഒരു ജീവിതദർശനം വിവികെ കവിതകളിൽ സാക്ഷാൽക്കരിക്കപ്പെടുന്നുണ്ട്.

വീടും പരിസരവും മുന്നിലെ തോടും വയലുകളുമെല്ലാം, ഒരു കാവ്യലോകത്തിന്റെ ജീവനുള്ള ഏടുകളായി ഇന്നും കാണപ്പെടുന്നുണ്ട്. 'ഇന്നി'ന്റെ ദുർഗ്ഗതികളെ അതിജീവിക്കാനും നാളെയെക്കുറിച്ച് പ്രതീക്ഷ നൽകാനും അവസാന കാലം വരെ കവിക്ക് ഊർജ്ജം പകർന്നു കിട്ടിയത് ഈ മണ്ണിൽനിന്നാണ്. ജീവിതത്തിന്റെ കാർമേഘങ്ങളെയും കണ്ണീരിനെയും മറികടക്കുന്ന പ്രസന്നമായ ഒരു കാവ്യദർശനത്തെ കണ്ടെത്തിയ ഭൂമിക ഇവിടെയാണ്.

'ഈ ദുർഗ്ഗതിക്കാറുമറഞ്ഞു നാളെ-
പ്രസന്നമായീട്ടുമൊരന്തരീക്ഷം
നിൻജീവിതത്തിന്നരുണോദയത്തെ-
ക്കൊണ്ടാടിടും കൺമണി - ഞാൻ ചിരിക്കും'
(പാവപ്പെട്ട പൈതൽ)

വിവികെ എന്ന കവിയുടെ ജീവിക്കുന്ന സ്മാരകങ്ങളായി കവിതയോടൊപ്പം ഈ പ്രകൃതി പരിസരങ്ങളെയും കാണാനാണ് ഞാൻ ഇഷ്ടപ്പെടുന്നത്. അത്രയ്ക്ക് ഇഴയടുപ്പം അവ തമ്മിലുണ്ട്. ഇവിടെ ഈ തോട്ടിൽ ഒരു സാധാരണ കൃഷിക്കാരനായി കവി പശുവിനെ കുളിപ്പിച്ച് കൊണ്ടിരുന്നപ്പോഴാണ്, തോട്ടിൻ കരയിലൂടെ മഹാകവി ജി വീട്ടിലേക്കുള്ള വഴി അന്വേഷിച്ച് കടന്നെത്തിയതെന്ന് കേട്ടിട്ടുണ്ട്. പിന്നീട് മറ്റൊരു അവസരത്തിൽ വയലിലെ ജോലിയും കഴിഞ്ഞ് പാലം കടന്ന് വീട്ടിലേക്ക് പശുവിനെ കറക്കാൻ ധൃതിയിൽ പോകുമ്പോഴാണ് മരണം പിന്നിലൂടെ കവിയെത്തേടിയെത്തി കീഴടക്കിയത്. ഒരിക്കലും തലകുനിക്കാൻ തയ്യാറില്ലാത്ത ജീവിതത്തിന്റെ അജയ്യതയെക്കുറിച്ച് പാടിയ കവിയാണ് വി.വി.കെ. 'ക്രൂരനായ' കൊലപാതകിക്ക് കൊലക്കയർ വിധിക്കുംമുമ്പ് അന്ത്യാഭിലാഷം എന്തെന്ന് ചോദിക്കുന്ന ഒരു ന്യായാധിപന്റെ ചിത്രം ഓർക്കുക (സ്നേഹബിന്ദു എന്ന കവിത). തന്റെ രണ്ടു കണ്ണുകളും ആവശ്യക്കാർക്ക് ദാനം ചെയ്യാനുള്ള സന്നദ്ധത 'അന്ത്യാഭിലാഷ'മായി അയാൾ അറിയിക്കുന്നു.

'അന്യനാത്മൻ കണ്ണേകാൻ
നിൽക്കുമക്കൊലപ്പുള്ളി-
തന്നിലും കാൺമൂ വിശ്വ-
സ്നേഹത്തിന്നപാരത'
(സ്നേഹബിന്ദു)

ക്രൂരതയുടെ മറുപുറമായി സ്നേഹത്തേയും കാണുന്ന സമഗ്രമായ ഒരു ജീവിതദർശനം വി.വി.കെ കവിതകൾക്ക് അടിയൊഴുക്കായി എന്നുമുണ്ട്. കവിയെ തോൽപ്പിക്കാൻ അനവസരത്തിൽ വേഷ പ്രച്ഛന്നനായികടന്നെത്തിയ മരണത്തെക്കുറിച്ച് ഓർക്കാൻ ഈ വീട്ട്പരിസരം ഇന്നും പ്രേരണയാകുന്നുണ്ട്.

രണ്ട്

'അച്ഛന്റേതായി ഈ നോട്ടുപുസ്തകം മാത്രമേ ഇവിടെ ശേഷിക്കുന്നുള്ളു' പഴക്കമുള്ള ഒരു നോട്ടുബുക്ക് എന്നെ ഏൽപ്പിച്ച് പോരാൻ നേരത്ത് വളരെ സങ്കടത്തോടെ മാധുരി പറയുന്നു. 'ഇതിൽ ഒന്നുമില്ല'

എന്ന് തോന്നിക്കുന്ന 'നിരുപദ്രവകര'മായ ഒരു പഴയ പുസ്തകം സൂക്ഷ്മമായി വായിച്ചപ്പോഴാണ് കവിയുടെ ജീവിതത്തിന്റെയാകെ ബാക്കിപത്രമാണ് ഇതെന്ന് മനസ്സിലായത്. നഷ്ടപ്പെടാൻ പാടില്ലാത്ത വിലപ്പെട്ട ജീവിതരേഖ. ഇതൊരിക്കലും കൈവിട്ടുകളയരുതെന്ന് മാധുരിയോട് പിന്നീട് പറയുകയും ചെയ്തു. ഇതിലെന്താണുള്ളത് എന്ന ചോദ്യത്തിൽ നിന്ന് തുടങ്ങിയ എന്റെ വായന അവസാനിച്ചത് കവിയെ സംബന്ധിച്ച് ഇതിലില്ലാത്തതായി എന്തുണ്ട് എന്ന ചോദ്യത്തിലാണ്.

തൊള്ളായിരത്തി മുപ്പത് മുതൽ അവസാന കാലംവരെ (1962) കുത്തിക്കുറിച്ച പുസ്തകമാണ് ഇതെന്ന് ഏതാണ്ടൂഹിക്കാം. അന്നത്തെ കാലഘട്ടത്തിൽ കണ്ണും കാതും തുറന്നിരുന്ന അത്യന്തം സംവേദനക്ഷമതയുള്ള ഊർജ്ജസ്വലമായ ഒരു കവി മനസ്സിന്റെ കുറിപ്പുകളായി, ഇതിനെ കാണാം. കേരളീയതയും ഭാരതീയതയും, സാർവദേശീയതയും തമ്മിലുള്ള വൈരുദ്ധ്യങ്ങളെ സമരസപ്പെടുത്തി കുറിപ്പുകളിൽ ഒന്നിപ്പിക്കുന്നു. പൗരസ്ത്യവും പാശ്ചാത്യവുമായ കാവ്യദർശനങ്ങളെ ചേർത്തിണക്കുന്നു. വേർഡ്സ് വർത്ത്, ആശാൻ, വള്ളത്തോൾ, കീറ്റ്സ്, ബ്രൗണിങ്ങ്, ചങ്ങമ്പുഴ ഇവരുടെയെല്ലാം വരികൾ ഇടകലർത്തുന്നു. വാത്മീകിരാമായണത്തിലെയും മഹാഭാരതത്തിലെയും കൽപ്പനകളെ കാളിദാസൻ ഉപജീവിക്കുന്നതെങ്ങനെയെന്ന് കാണിക്കുന്നു.

ഗാന്ധിജി, ഗെയ്ഥെ, റൊമൈൻറോളാങ്ങ്, സോക്രട്ടീസ്, സിസ്സറോ... ചിന്താസൂക്തങ്ങൾ ഉദ്ധരിക്കപ്പെടുന്നു. പ്രതിഭയുടെ ലക്ഷണങ്ങളെ ഭാരതീയ സൗന്ദര്യശാസ്ത്രം വിശകലനം ചെയ്യുന്നത് സംഗ്രഹിക്കുന്നു. ബ്രിട്ടീഷ് സാമ്രാജ്യത്തിന്റെ (1947ൽ സ്വാതന്ത്ര്യപ്രാപ്തിക്ക് മുമ്പെഴുതിയത്) വിസ്തൃതി, ജനസംഖ്യ, എല്ലാം കുറിച്ചുവെക്കപ്പെടുന്നു. സൂര്യന്റെയും ഭൂമിയുടെയും വ്യാസവും പരസ്പരമുള്ള അകൽച്ചയും 'വിജ്ഞാനശകല'ങ്ങളായി എഴുതിവെക്കുന്നു. ജനീവ ആസ്ഥാനമായുള്ള 'സർവ്വരാജ്യസമിതിയുടെ' (ഐക്യരാഷ്ട്രസഭക്ക് മുമ്പുണ്ടായ സംഘടന) അംഗത്വഘടനയും മറ്റും വിശദീകരിക്കപ്പെടുന്നു. ഓമർഖയ്യാം കവിതകളുള്ള ജി യുടെയും സർദാർ കെ.എം. പണിക്കറുടെയും തർജ്ജമകൾ താരതമ്യം ചെയ്യപ്പെടുന്നു...

നോട്ട്ബുക്കിലെ അവസാനപേജിൽ 'തേങ്ങാക്കണക്ക്' എന്നെഴുതി അടിവരയിട്ടതിന്റെ ചുവട്ടിൽ 1960 ഡിസംബർ 31മുതൽ 1961ഒക്ടോബർ 30 വരെ (1962 മാർച്ച് 16ന് കവിയുടെ വിയോഗം) കവിയുടെ രണ്ട് പറമ്പുകളിലെ തേങ്ങയുടെ കൃത്യമായ കണക്ക്, രേഖപ്പെടുത്തുന്നു. അവസാന പേജിലെ ഈ വരവ് കണക്ക് കൂടി ചേരുമ്പോൾ മാത്രമേ വി.വി.കെയുടെ ജീവിതരേഖ പൂർണ്ണമാകുന്നുള്ളൂ. വിവികെ കവിതയുടെ അടിസ്ഥാപരവും

മൗലികവുമായ ഒരു സവിശേഷതയിലേക്ക് വെളിച്ചം പകരാൻ ഇത് കാരണമായിത്തീരുന്നുണ്ട്. മണ്ണും വിണ്ണും ഒരൊറ്റ ലോകമായി ഇവിടെ ഒന്നിക്കുന്നു.

'ത്തുമ്പയുപേക്ഷിച്ച ത്തുവലേറ്റ
വമ്പറ്റ കുറ്റമിന്നാർ തിരുത്തും?
മണ്ണിന്റെ പാട്ടുകൾ കേട്ടിടുമ്പോൾ
വിണ്ണിന്റെ ചിത്രം നമുക്ക് കാണാം
മണ്ണിന്റെയന്തരംഗത്തിലല്ലോ
മർത്ത്യന്റെ ജീവിതശേവധികൾ'
(മണ്ണിന്റെ കവിത)

വി.വി.കെ.യുടെ ജീവിതത്തെയും കവിതയേയും കുറെക്കൂടി ആഴത്തിൽ സമഗ്രമായി പഠിക്കുന്നവർക്ക്, കവിയുടെ നോട്ടുപുസ്തകം സഹായകമാകാതിരിക്കില്ല.'

(2014 ആഗസ്റ്റ്)

(തലശ്ശേരി ഡോ. ഹെർമ്മൻ ഗുണ്ടർട്ട് 200-ആം വാർഷിക സ്മരണികയിൽ നിന്ന്)
/എംപി ബാലറാം, വാക്കുകൾ നിശ്ശബ്ദതകൾ പേജ്-313- 316

ഭാഗം രണ്ട്
അവതാരികകൾ

1
സുവർണ്ണമേഖല
ജി. ശങ്കരക്കുറുപ്പ്

ജീവിതം വിശാലവും അഗാധവുമായ ഒരു ഖനിയാണ്. കാലത്തിൽ ബഹുദൂരം വ്യാപിച്ചിരിക്കുന്ന അതിൽനിന്ന് ശ്രീ വിവികെ അമൂല്യങ്ങളായ അനുഭൂതികളെ സഞ്ചയിക്കുന്നു; വികാരോഷ്മളമായ ഹൃദയത്തിൽ വെച്ച് ഉരുക്കി അവയെ സംസ്കരിക്കുന്നു; ഭാവന കൊണ്ട് അവയ്ക്കു പ്രകാശവും ലാവണ്യവും അധികമാക്കുന്നു; ഉദ്ഗ്രഥനപരമായ സങ്കൽപ്പശക്തി കൊണ്ട് പുതിയ രൂപം നൽകുന്നു. പ്രതിഭാസമ്പന്നനായ അദ്ദേഹം നൂതനമായി നിർമ്മിച്ചിരിക്കുന്ന ഈ 'സുവർണ്ണ മേഖല' സൗന്ദര്യാത്മികയായ കലാനായികയെ പ്രസന്നയാക്കാതിരിക്കുകയില്ല. അവൾ പ്രേമാഭിമാനങ്ങളോടുകൂടി ഇത് അണിയാതിരിയ്ക്കുകയില്ല.

ഒരിക്കലും നിറം മങ്ങാത്ത ഈ മേഖല അനേകം ഇഴകൾ ചേർത്താണ് രചിക്കപ്പെട്ടിട്ടുള്ളത്. പ്രേമം, ദേശാഭിമാനം, അനുകമ്പ മുതലായ ഉജ്ജ്വല ഭാവങ്ങളുടെ ദീപ്തി അവയിലെല്ലാം അലതല്ലുന്നു. ഹൃദയം കൊണ്ട് തടവി നോക്കു, ഒരിഴയിലും ഒന്നും എഴുന്നു നിൽക്കുന്നതായിത്തോന്നുന്നില്ല. മാദകമായ ഗാനധാരയിലൂടെ തടവില്ലാതെ പ്രവഹിക്കുമ്പോഴത്തെ പുളകപ്രദമായ അനുഭവമാണുളവാകുക. പുതിയ പുതിയ ഉല്ലേഖങ്ങൾ പതിച്ചിരിക്കുന്ന 'മേഖല'യുടെ ദീപ്തി അന്യാദൃശമായിരിക്കുന്നില്ലേ?

ആദ്യത്തെ ഇഴതന്നെ ഭാവുകന്മാരെ 'നിർവ്വാണമണ്ഡല'ത്തിലെത്തിക്കുന്നു. ആർഷസംസ്കാരത്തിന്റെയും കലാസൗഭഗത്തിന്റെയും പ്രഭാവലയത്തിൽ മുഴുകി നിൽക്കുന്ന ഭാരതഭൂമിയുടെ ഒരു വിശിഷ്ട സങ്കൽപ്പമാണ് അതിൽ ഖചിതമായിരിക്കുന്നത്- സ്വർഗ്ഗവും ഇറങ്ങിവന്ന്

ചുംബിക്കുവാൻ മോഹിക്കുന്ന സങ്കൽപ്പം. ദേശാഭിമാനതരംഗിതമായ ആ ഗാനധാരയിൽ നിന്ന് നിങ്ങളുടെ ആത്മാവിനെ ബലാദാകർഷിക്കുന്ന ആ 'പ്രേമഗായിക' സർവ്വത്തേയും ജീർണ്ണിപ്പിക്കുന്ന കാലത്തിന്റെ ക്രൂരമായ കരം സ്പർശിക്കാത്ത, നിത്യയൗവനയും പ്രേമമയിയും ആയ 'രാധ'യല്ലാതെ മറ്റാരുമല്ല. വൃന്ദാവനത്തിന്റെ പ്രേമസുരഭിലമായ നിശ്വാസവും, കാളിന്ദീതരംഗങ്ങളുടെ വിലാസലാസ്യവും കലർന്ന ആ അന്തരീക്ഷത്തിനു നിത്യത നൽകി എത്ര മനോഹരമായ ഒരു പശ്ചാത്തലമാക്കി കവി ആലേഖനം ചെയ്തിരിക്കുന്നു.

'പച്ചപ്പുൽപ്പട്ടിൽച്ചരിഞ്ഞിരുന്നോരോമന-
ക്കൊച്ചരുവിയെന്തോ പാടിപ്പാടി
നേരിയ തൻവെള്ളസാരിയിൽ നിന്നോരോ
വൈരമണികളെടുത്തെടുത്തു
തുമയിൽത്താൻപുൽകുമാ നീലക്കല്ലിനു
പ്രേമോപഹാരമാം ഹാരം തീർപ്പൂ'

എന്ന് പാടുന്ന രാധ ആ അരുവിയോടാണ് അസൂയ കൊള്ളുന്നതെങ്കിൽ അതു കുറിച്ച തൂലികയോടാണ് നിങ്ങൾക്ക് അസൂയ തോന്നുക. സന്ദർഭോചിതവും ഭാവോദ്ദീപകവുമായ വിധത്തിൽ, പ്രകൃതിയെ ജീവിതചിത്രണതിന്റെ പിറകിലിണക്കി നിർത്തുന്നതിന്, വി.വി.കെയ്ക്ക് അസാധാരണവൈദഗ്ധ്യമുണ്ട്. 'കല്ലോലമാല കഴലുഴിഞ്ഞീടുന്ന കല്ലിൽ' പ്രേമവിഹ്വലയായിരിക്കുന്ന ആ രാഗിണി എന്നും അവിടെയുണ്ടായിരിക്കുമെന്ന വിശ്വാസത്തോടുകൂടി നിങ്ങൾക്ക് അവിടെ നിന്ന് തൽക്കാലം യാത്ര പറയാം.

രാധ, പൂർണ്ണതയ്ക്കും പ്രേമത്തിനും ഐക്യത്തിനും വെമ്പുന്ന മനുഷ്യാത്മാവിന്റെ ഛായ വഹിക്കുന്ന രാധ, ഒന്നേയുള്ളൂ. കവിയുടെ സൗന്ദര്യബോധത്തെ ഇടയ്ക്കിടയ്ക്ക് നുള്ളി നോവിക്കുന്ന പാവങ്ങൾ വളരെയുണ്ട് ഈ നാട്ടിൽ. ആ 'പാവപ്പെട്ട പൈതൽ' നിങ്ങളെ ചിന്തിപ്പിക്കും; നീചസാമുദായിക പരിത: സ്ഥിതികളുടെ നിർദ്ദയശത്രുവാക്കിത്തീർക്കും. ആ ശിശുവിന്റെ ആത്മാവിനും ഒരു ശങ്കരാചാര്യരുടെ ആചാര്യരാവാനുള്ള അർഹതയുണ്ട്; സാധ്യതയുണ്ട്.

അകൃത്രിമരമണീയമായ അന്തരീക്ഷത്തിൽ, ഏകാന്തതയുടെ ലാളനമല്ലാതെ, മാതൃലാളനം പോലും ലഭിക്കുവാൻ ഭാഗ്യമില്ലാതെ, വളരുന്ന ആ പുലയപ്പൈതലിന്റെ അരികെനിന്ന് കവിയുടെ ആർദ്രഭാവന പൊകുവാൻ മടിക്കുന്നതു പോലെ തോന്നിപ്പോകുന്നു. മൂലധനം പ്രയത്നത്തിന്റെ തലയിൽ ചവിട്ടി നിന്ന് മത്തടിക്കുകയും അന്ധയും ക്രൂരയുമായ 'ജാതി' ആത്മാവിനെ ഞെക്കി ഞെരുക്കുകയും ചെയ്യുന്ന

ഇന്നത്തെ അന്തരീക്ഷത്തെ ഹൃദയം കൊണ്ടു ശപിക്കുന്ന മനുഷ്യസ്നേഹത്തിന്റെ മധുരാശംസയാണ്, പുതിയ ലോകത്തിന്റെ ഉദയത്തിലുള്ള വിശ്വാസമാണ്,

'ഈ ദുർഗ്ഗതിക്കാറുമറഞ്ഞു നാളെ
പ്രസന്നമായീടുമൊരന്തരീക്ഷം
നിൻ ജീവിതത്തിന്നരുണോദയത്തെ-
ക്കൊണ്ടാടിടും കണ്മണി!-
ഞാൻ ചിരിക്കും'

എന്ന സുഭഗപദ്യത്തിൽ അനുരണനം ചെയ്തുകൊണ്ടിരിക്കുന്നത്.....

ശ്രീ. വി.വി.കെ, ആധുനിക ലോകത്തിന്റെ ആർത്ഥികവും സാമുദായികവും ആയ അനീതിയെ ഹൃദയം കൊണ്ട് വെറുക്കുന്നു, ശപിക്കുന്നു. ആ വെറുപ്പും ശാപവും ചുണ്ടിൽ വരാൻ പാടില്ലാതിരിക്കത്തക്കവണ്ണം സൗമ്യവും മധുരവുമാണ് അദ്ദേഹത്തിന്റെ അഹിംസാവ്രതിയായ ആത്മാവ്.

കവി ദരിദ്രന്റെ, മർദ്ദിതന്റെ നാവായി പ്രത്യക്ഷമാകുന്ന സന്ദർഭങ്ങൾ ഇനിയുമുണ്ട് ഈ 'മേഖല'യിൽ:

'അന്തിയോളം പണിഞ്ഞ പകലുതൻ
വല്ലി വാങ്ങാനിരുൾത്തുണി കാട്ടവേ'

വിശ്രമവേളയുടെ പൊന്മടിയിൽ ചരിഞ്ഞിരിക്കുന്ന സ്വഭാവം കർമ്മസാക്ഷി അഭ്യസിച്ചത് വേലയെ ചൂഷണം ചെയ്യുന്ന സമ്പന്നന്റെ ആർത്ഥികനീതിയുമായുള്ള ദീർഘപരിചയത്താലാണെന്നു തോന്നുന്നു. അതെ, അന്തരീക്ഷത്തെത്തന്നെ സാംക്രമികമായ പ്രകൃതിയാൽ മലിനമാക്കുന്നതിനു ശക്തിയുള്ളതാണ് ഇന്നത്തെ മുതലാളിത്തം.

'ആരുടെ നെടുവീർപ്പാൽപ്പറക്കണം
പാരിലെങ്ങും സുഖത്തിൻ പതാകകൾ?
ആരുടെ ചുടുചോരയാൽ സ്വാമിതൻ
ചാരുപൂങ്കവിൾ പാരം തുടുക്കണം',

ആ പാവം അഴലിന്റെ നിഴലിൽ 'തപ്താശ്രു' പൊഴിച്ച്, കേവലം യാചകൻ ആയി അലയുകയാണ്.

'തനതു ദൈന്യത്തിനൊന്നുന്നിടാനും
ധനികന്റെ പട്ടിയെയാട്ടിടാനും',

ആ ദരിദ്ര യാചകൻ കരുതിയിരിക്കുന്ന വടി എത്ര ചെങ്കോലുകളെ തട്ടി നീക്കുവാൻ, എത്ര അനീതികളെ കിള്ളിയെറിയാൻ, ഉയരേണ്ടതാണെന്നുകൂടി കവി ഓർമ്മിപ്പിച്ചിരുന്നെങ്കിൽ!

ദാരിദ്ര്യത്തിന്റെ ഊഷ്മളനിശ്വാസത്തിൽ പറന്നു കൊണ്ടിരുന്ന നിങ്ങൾ പ്രേമത്തിന്റെ സുരഭില ശ്വാസങ്ങൾ ഇടയ്ക്കു വീശിയിരുന്നത് അനുഭവിക്കുകയും കോൾമയിർക്കൊൾകയും ചെയ്തിട്ടില്ലെങ്കിൽ നിങ്ങളെ നയിച്ച ഞാനാണ് അപരാധി; പ്രകൃതിയുടെ മധുരഭാവങ്ങൾ മനുഷ്യജീവിതചിത്രത്തിനു അഴകും മിഴിവും അധികമാക്കുന്ന പശ്ചാത്തലങ്ങളായി എന്നും മങ്ങാത്ത ഭാവനയുടെ എണ്ണച്ചായത്തിൽക്കുറിച്ചിരിക്കുന്നതു കണ്ടു സുഖാർദ്രമായില്ലെങ്കിൽ നിങ്ങളെ മറ്റൊരു വഴിക്കു കൊണ്ടുപോയ ഞാനാണ് അപരാധി. ദേശാഭിമാനവും ഭാരതത്തിന്റെ ഭാവിസ്വപ്നങ്ങളുംകൊണ്ട് കവി നെയ്തെടുത്തിട്ടുള്ള 'മാതൃപതാക'യെ വന്ദിച്ചതിനു ശേഷം, 'ശാന്തി കുടീരം' സന്ദർശിക്കുക; 'ധർമ്മദീപ്തി' കണ്ട് കണ്ണു തുറക്കുക, മധുചന്ദ്രിക'യിലൂടെ 'കടൽക്കരയിൽ ചെല്ലുക; 'ഹൃദയപുഷ്പ'ത്തിന്റെ പരിമളം പ്രസരിച്ചുകൊണ്ടിരിക്കുന്ന 'സ്വപ്നസൗധ'ത്തിൽ കവിതയും ചിന്തയും സല്ലപിക്കുന്നതു കേൾക്കുക; 'സുവർണ്ണ മേഖല' ഐന്ദ്രജാലികമായ ശക്തിയുള്ള ഒരപൂർവ്വ രചനയാണ് എന്നു നിങ്ങൾക്കു തോന്നുന്നില്ലേ?

നമ്മുടെ സാഹിത്യാരാമത്തിൽ പല പൂങ്കുയിലുകളുടെ രാഗാലാപം ഇപ്പോൾ മുഴങ്ങുന്നുണ്ട്. ആ 'കളകള'ത്തിൽ കാകളി' കേട്ടാൽ തിരിച്ചറിയാവുന്ന കണ്ഠമധികമില്ല. 'സുവർണ്ണമേഖല'യിലെ ഗാനങ്ങൾ പാടിയ കോകിലത്തിന്റെ കൂജനത്തിന്ന് മനുഷ്യഹൃദയത്തിന്റെ ചക്രവാളത്തിൽ ബഹുദൂരം ചമൽക്കാരാതിശയത്തെ പ്രസരിപ്പിച്ചുകൊണ്ടു സഞ്ചരിക്കാനുള്ള ശക്തിയും വേഗവുമുണ്ട്. അതു കാമുകന്മാർക്കു കോരിത്തരിപ്പുണ്ടാക്കുന്നു; യാചകമാർക്കു ആശ്വാസം വിതറുന്നു; ദേശാഭിമാനികളുടെ ഹൃദയത്തെ തുടിപ്പിക്കുന്നു; ശരശയ്യയിൽക്കിടക്കുന്ന ജീവിതത്തിന്റെ വ്രണങ്ങളിൽ സുഖലേപം പുരട്ടുന്നു. 'സ്വപ്നസൗധ'ത്തിൽ നിന്നായാലും 'ചെറ്റപ്പുര'യിൽ നിന്നായാലും വിവികെ.പാടുമ്പോൾ മനുഷ്യാത്മാവ് ആർദ്രമാവാതിരിക്കയില്ല.

എറണാകുളം
15 - 6 - 1122

2

ഹൃദയഗായകൻ

എസ്.കെ. പൊറ്റെക്കാട്ട്

വി.വി.കെ-വിശുദ്ധ വികാരാത്മകമായ കവനമാധുരിയുടെ മുദ്രയാണത്. മലയാളത്തിലെ കവനവനികയിലെ മുന്തിരിപ്പഴങ്ങൾക്ക് ദ്ധമ ചാർത്തി നിൽക്കുന്ന ത്ര്യക്ഷരി.

മരച്ചില്ലകൾക്കിടയിൽ നിന്നും മുൾപ്പടർപ്പിന്നുള്ളിൽ നിന്നും കേൾക്കാറുള്ള അജ്ഞാതമായ കിളി കൂജനം നിങ്ങളെ പുളകം കൊള്ളിച്ചു പിടിച്ചു നിർത്താറില്ലേ?അതു തന്നെയാണ് വിവികെയുടെ ഹ്രസ്വഗാനവും. 'മാതൃഭൂമി ആഴ്ചപ്പതിപ്പി'ന്റെയോ മറ്റേതെങ്കിലും മലയാളപത്രമാസികകളുടെയോ കോണിൽ കുറച്ചു വരികൾ കാണാം. നിങ്ങൾക്കു സംഗീതമറിഞ്ഞുകൂടെങ്കിലും നിങ്ങളാവരികൾ ഭംഗിയായി ചൊല്ലിപ്പോകും. അതിലെ ആത്മസൗരഭ്യവും ആദർശസുഭഗതയും- സർവ്വോപരി, ആ സംഗീതാത്മകത്വവും നിങ്ങളെ വശീകരിയ്ക്കും. നിങ്ങളാവരികൾ വീണ്ടും ആവർത്തിച്ച് ചൊല്ലാതിരിയ്ക്കയില്ല. അതാണ് വി.വി.കെയുടെ കവിതകൾക്കുള്ള വിശേഷം.

ചിന്തകളുടെ ഇരുളകറ്റുകയും മനുഷ്യനിൽ ഉണർന്നു ഞരങ്ങുന്ന ജന്തുഭാവങ്ങളെ മയക്കിയൊതുക്കി അവയെ മറ്റൊന്നാക്കിമാറ്റി സ്വപ്നസീമയിലേക്കു വിഹരിക്കുവാൻ സഹായിക്കുകയും ചെയ്യുന്ന ആ സ്വരവിശേഷം സഹൃദയന്മാർക്കു സംവത്സരങ്ങൾകൊണ്ട് സുപരിചിതമായിക്കഴിഞ്ഞിരിക്കുന്നു. പക്ഷെ ആ കിളി ഇന്നും ആ മൂന്നക്ഷരങ്ങളിൽ ത്തന്നെ ഒളിഞ്ഞിരിക്കുകയാണ്. തന്റെ വർണ്ണവും വലുപ്പവും മറച്ചു പിടിച്ചുകൊണ്ട് ആ പക്ഷി അങ്ങനെ സ്വൈരമായി പാടട്ടെ. ജീവിതത്തിന്റെ കിതപ്പ് നിങ്ങളെ കുഴയ്ക്കുന്നുണ്ടെങ്കിൽ, ചിന്തകളുടെ നിരന്തരസമ്മർദ്ദം

കൊണ്ട് നിങ്ങളുടെ അന്തരംഗം പൊള്ളുന്നുണ്ടെങ്കിൽ, തിക്തങ്ങളായ അനുഭവങ്ങൾ നിങ്ങളുടെ ചിരന്തനലാളനങ്ങളേറ്റ ആദർശങ്ങളിൽ മങ്ങലേറ്റുന്നുണ്ടെങ്കിൽ ഏകാന്തതയിൽ ജീവിത സൗന്ദര്യത്തിന്റെ സന്ദേശം മുഴങ്ങുന്ന ആ ചെറുഗാനം ഒന്നു ശ്രവിയ്ക്കൂ!

അഴലിന്റെ അനന്തമായ തേങ്ങിക്കരച്ചിലോ, വിപ്ലവ ക്കൊടുങ്കാറ്റിന്റെ മൂളലോ, ആദ്ധ്യാത്മികതയുടെ തരംഗധ്വനിയോ അല്ല നിങ്ങളാ ഗാനങ്ങളിൽ കേൾക്കുന്നത്. നിങ്ങളുടെ ജീവിതത്തെ കൂടുതൽ സ്നേഹിക്കാൻ പ്രചോദിപ്പിക്കുന്ന പ്രകൃതിയുടെ പ്രസന്നതയുടെയും നിർമ്മലതയുടെയും ഓംകാരമാണ് അവയിലലങ്കരിക്കുന്നത്. നിങ്ങളെ ചിന്തിപ്പിക്കുകയല്ല, നിങ്ങളുടെ ചിന്തകളിൽ അഞ്ചാറു തങ്കരേഖകൾ കലർത്തി, ഒരു സ്വർഗ്ഗീയ സ്വപ്നമാക്കി നെയ്യുകയാണ് ആ തൂലിക ചെയ്യുന്നത്. 'ഭംഗുരതയിൽ നിന്നുമഴകിനെ' 'ഭംഗിയിൽ ചില്ലിലിട്ടു സൂക്ഷിക്കുന്ന' മനോധർമ്മമാണ് കവി തന്റെ കലാസൃഷ്ടികളിൽ അങ്ങോളമിങ്ങോളം അനുഷ്ഠിച്ചിരിയ്ക്കുന്നത്.

വിവികെയുടെ പ്രഥമഗ്രന്ഥമായ 'സുവർണ്ണ മേഖല'യെ കേരളീയ സഹൃദയന്മാർ കൗതുകത്തോടെ സ്വീകരിച്ചു കഴിഞ്ഞു. കേരളത്തിലെ ഒരഭിനവമഹാകവിയാണ് ആ മേഖലയ്ക്കു തന്റെ അവതാരികകൊണ്ട് മരതകപ്പൂമൊട്ടണിയിച്ചത്. ഈ 'ഹൃദയഗായക'ന്റെ കൈപിടിയ്ക്കുവാൻ, എനിക്കിടവന്നത് കേവലം സൗഹാർദ്ദത്തിന്റെ ആഹ്വാനം കൊണ്ടുമാത്രമാണെന്ന് പറഞ്ഞു കൊള്ളട്ടെ.

ഞാൻ വിദ്യാർത്ഥിയായിരുന്ന കാലം മുതൽക്കു തന്നെ വി.വി. കെയുടെ കൊച്ചു കവിതകൾ എന്നെ വശീകരിച്ചിട്ടുണ്ടായിരുന്നു. നാടോടിപ്പാട്ടുകളെപോലെ കുറച്ചു വരികളിൽ ഉറച്ചുനിൽക്കുന്ന ഒരജ്ഞാതമാധുരി- കുപ്പിച്ചില്ലിൽ പ്രതിഫലിക്കുന്ന പ്രഭാതം പോലെ, ആ ഖണ്ഡകാവ്യങ്ങളിൽ ജീവിത സൗന്ദര്യം മുഴവനും ഒളിമിന്നിയിരുന്നു. വി.വി.കെ ഇന്നും അതേ സ്വരത്തിൽത്തന്നെയാണ് പാടിക്കൊണ്ടിരിക്കുന്നതെങ്കിലും, കുയിൽ ഗാനം പോലെ പിന്നെയും പിന്നെയും കേൾക്കാൻ കൊതി തോന്നിയ്ക്കുന്നു. ഈ കവിതകൾ ചില ജപ്പാൻ കവിതകളെ അനുസ്മരിപ്പിക്കുന്നു. മാധുര്യം, ഹ്രസ്വത, സൗന്ദര്യബോധാത്മകത എന്നീ സവിശേഷതകൾ മൂലം വിശ്വസാഹിത്യത്തിലെ കവിതകളിൽ മുന്തിനിൽക്കുന്നവ ജപ്പാൻ കവിതകളാണത്രെ. ഒരാശയം, ഒരു വികാരം, ഒരു ചിന്ത അല്ലെങ്കിൽ ഒരു വർണ്ണന- ഒരു കടാക്ഷം അല്ലെങ്കിൽ ഒരു പുഞ്ചിരി- കവിഞ്ഞാൽ നാലഞ്ച് വരികൾ. കഴിഞ്ഞു. അതാണ് ജപ്പാൻ കവിത.

കിണറ്റിങ്കരയിലെ ജപ്പാൻ ബാലിക പാടുന്നു:

'പൂവല്ലി തണ്ണീർക്കുടത്തിൽച്ചുറ്റി-
പ്പോട്ടെ ഞാൻ നീർ കടം വാങ്ങാൻ'

അടുക്കളപ്പണിയ്ക്കു വെള്ളം കോരാൻ കിണറ്റിൻ കരയിൽ ചെന്ന ആ ബാലിക, ഒരു മണിപ്പൂവള്ളിയുടെ അറ്റം ബക്കറ്റിന്റെ പിടിമേൽ ചുറ്റിപ്പടർന്നു കിടക്കുന്നതായിട്ടു കണ്ടു. ആ പൂവല്ലിയുടെ അരുണമായ മൊട്ടുകളും അരുമയേറിയ ഇളം വള്ളിത്തിരുളുകളും വിടർത്തെടുത്തു അതിന്റെ നൈസർഗ്ഗിക സൗന്ദര്യത്തെ അലട്ടുവാനുള്ള വൈമനസ്യം മൂലം ആ ബാലിക പിന്മാറി പറയുകയാണ്: 'വേണ്ട. ഞാൻ വെള്ളം അയൽവീട്ടിൽ നിന്ന് കടം വാങ്ങിക്കൊള്ളാം' അങ്ങനെ സൗന്ദര്യാരാധന ഒരു മതകർമ്മം പോലെ അനുഷ്ഠിച്ചു പോരുന്ന കൂട്ടരാണ് ജപ്പാൻകാർ. മലയാളസാഹിത്യത്തിൽ അങ്ങനെയുള്ള മനോഭാവം അറിഞ്ഞോ അറിയാതെയോ പ്രകാശിപ്പിച്ചു പോരുന്ന ഒരു കവിയാണ് വി.വി.കെ. സൗന്ദര്യം- പ്രകൃതിയിലായാലും മനുഷ്യനിലായാലും ജീവിതത്തിലായാലും, ഭാവനയിലായാലും ദർശിക്കുമ്പോൾ വിവികെ വികാരവിവശനാകുന്നു.

'നവ വിവിധ വിമലതര ഭാവനാലോലമാം
കവി ഹൃദയമതിനുടയ സാവർണ്ണ്യമാർന്നിതാ
അഴകിനുടെയവികലതയേന്തുന്ന ദർപ്പണം
മിഴികളുടെ മികവുടയൊരാനന്ദ തർപ്പണം'
(സന്ധ്യാസൗന്ദര്യം)

എന്നിങ്ങനെ സന്ധ്യയിലും 'പൂവിലും പൂനിലാവിലും പുഞ്ചിരിപ്പൂവിലും' കവി ഒരേ സൗന്ദര്യത്തിന്റെ നാനാവശങ്ങൾ ദർശിക്കുന്നു. എന്തിന്, പ്രേമത്തെപ്പോലും കവിയ്ക്ക്, 'കലയാൽത്തഞ്ചീടുന്ന ആത്മസൗഭഗ'മായിട്ടേ കാണാൻ കഴിയുന്നുള്ളൂ. കണ്ണ് ചിമ്മുമ്പോഴും തുറക്കുമ്പോഴും കവി ദർശിക്കുന്നത് സൗന്ദര്യത്തിന്റെ ജീവൽസ്ഫുലിംഗങ്ങളെയാണ്. ഏതിന്റെയും അപ്പുറത്തായി ആ സൗന്ദര്യം മാത്രം.

'സാദരം വന്നു കഴൽ തൊഴുന്ന
സൗഹൃദത്തേയും തിരസ്കരിച്ചു
സൗവർണ്ണകാന്തിയിലന്ധനായി
സൗന്ദര്യയാചന ചെയ് വൂമർത്ത്യൻ'

എന്നിങ്ങനെ സൗന്ദര്യാരാധന ഒരു ജീവിതവ്രതമായി കവി സ്വീകരിച്ചിരിക്കയാണെങ്കിലും ഹൃദയഗായകനിൽ ഉടനീളം ആ പല്ലവിയല്ല.

'ഭാവനതൻ കലവറയിങ്കലെ
ജീവിതത്തിൻ രഹസ്യവശങ്ങളെ'

കലയോട്ടരയ്ക്കുന്ന ഭാഷയിൽ വാർത്തെടുത്ത കവനങ്ങളും 'ഹൃദയ ഗായക'നിൽ നമുക്കു കാണാം.

ഒന്നാമതായി നാം 'ഹൃദയഗായകൻ' എന്ന കവിത തന്നെ എടുക്കുക:

'പാവനപ്രേമം, ദിവ്യസ്നേഹമിപ്പദങ്ങളാൽ
മോഹനമനോമാല്യം നിർമ്മിയ്ക്കും യുവത്വമേ
സങ്കൽപ്പം യാഥാർത്ഥ്യത്തെ വരിയ്ക്കും
മുഹൂർത്തത്തിൽ നിൻകലാവിരുതെല്ലാം
പതറുന്നല്ലോ നൂനം'

എന്നിങ്ങനെ യുവത്വത്തെ നോക്കി ഒരു പരിഹാസപ്പുഞ്ചിരിയോടെ ആരംഭിക്കുന്ന ആ കവിത പ്രേമമാകുന്ന കഞ്ചാവിന്റെ ചിറകുകളിൽ വിഹരിയ്ക്കുന്ന ഏതൊരു ചെറുപ്പക്കാരനും വായിച്ചു നോക്കേണ്ടതാണ്. ഭാമിനിയും അരവിന്ദനും സഹപാഠികളായിരുന്നു. ഭാമിനി ഒരു വർത്തക പ്രമാണിയുടെ ഏകപുത്രി; അരവിന്ദൻ ഒരു നാടൻ കൃഷിക്കാരന്റെ മകൻ - ഭാവനാ സമ്പന്നനായൊരു കവി. അവരിരുവരും പ്രണയബദ്ധരായി.

എന്നാൽ,

'കലയും സൗന്ദര്യവും കൊണ്ടാണോ
മനുഷ്യന്റെ നിലയെഗ്ഗണിപ്പതപ്പണക്കാരെന്നെങ്ങാനും?'

അരവിന്ദന്റെ, കവിത്വവും സൗശീല്യവും വിവാഹക്കമ്പോളത്തിൽ ഒരു കള്ളപ്പണമായിട്ടേ കണക്കാക്കപ്പെട്ടുള്ളൂ. അങ്ങനെ ഭാമിനി, ഒരു പണക്കാരന്റെ പത്നിയായിത്തീർന്നു. അവർ മധുവിധു കൊണ്ടാടു മ്പോൾ, അരവിന്ദനെ, ഒരു ഭ്രാന്തന്റെ മട്ടിൽ അലഞ്ഞു നടക്കുന്നതായി ട്ടാണ് കണ്ടത്.

സങ്കൽപ്പയാഥാർത്ഥ്യങ്ങൾ അന്യോന്യം കൊഞ്ഞനം കാട്ടുന്ന ദയനീയ ചിത്രം. നമ്മുടെ മുരടിച്ച ജീവിതാചാരങ്ങളെ ചലിപ്പിക്കുവാൻ സ്വപ്നങ്ങൾക്കും ഭാവനകൾക്കും സാധ്യമാണോ?

'സ്നേഹത്തെ സ്നേഹത്തിന്നൊന്നിനായി
സ്നേഹിയ്ക്കു ലോകം മറന്നു പോയി!
അത്തരത്തിലുള്ള പ്രേമചിത്രങ്ങൾ മാത്രമല്ല,
'വിരമിച്ചീടുന്നല്ലോ ജീവിതതീർത്ഥാടനം
മരണം തുറന്നിട്ട വഴിയമ്പലത്തിങ്കൽ' - (ചക്രവാളം)

എന്നിങ്ങനെയുള്ള തത്വചിന്തകളും വി.വി.കെ.യുടെ തൂലിക തെളി യിക്കുന്നു.

...'ആഗ്രഹിയ്ക്കുവാൻ മാത്രമറിഞ്ഞിട്ടു-
മാശയമെങ്ങൊരാനന്ദമാർന്നിടും?' (ഞാൻ)

എന്ന് കവി ചോദിയ്ക്കുന്നു. മഹാകവി കുമാരനാശാനെയും അദ്ദേഹത്തിന്റെ കൃതികളെയും അനുസ്മരിച്ചു കൊണ്ടെഴുതിയ ഒരുജ്ജ്വല കവിതയാണ് 'പുഷ്പാഞ്ജലി'.

'വിലസും മനോധർമ്മം മേൽക്കുമേൽ കെട്ടിപ്പട്ട-
ുലകിൻ സംസ്കാരത്താൽത്താഴികക്കുടം ചാർത്തി
നലമോടാശാൻ തീർത്തമഹിതോജ്ജ്വലം കാവ്യ-
കല തൻ പൊന്നമ്പലം മിന്നുന്നു നിരാകുലം...'

എന്നിങ്ങനെ ഭാവഗാംഭീര്യത്തോടെ ആരംഭിക്കുന്ന ആ കവിത വിശാലവും വിസ്മയാവഹവുമായ കാവ്യാന്തരീക്ഷത്തിലേക്ക്, നമ്മുടെ ഹൃദയത്തെ ചുറ്റിപ്പറപ്പിയ്ക്കുവാൻ പ്രേരിപ്പിക്കുന്ന ഒരു മന്ത്രമാണ്.

'ഭോഗലാലസമായിക്കഴിയും കാവ്യത്തിന്റെ
ഭാവിയെക്കണ്ടീടുവാൻ, ജാതകം തിരുത്തുവാൻ
പേശലം മനോലോകം ധർമ്മനിർമ്മലമാക്കു-
മാശാന്റെ നാരായക്കൺകോണിനേകഴിഞ്ഞുള്ളു!
എത്ര സുന്ദരമായി പ്രതിപാദിക്കപ്പെട്ട ഒരു പരമാർത്ഥം!

ആശാൻ ഭാവനയിൽക്കണ്ട ആ കേരളത്തിൽ നാളെത്തെ സ്വതന്ത്ര കേരളത്തിൽ-

'അന്തമറ്റുള്ള സുകൃത ഹാര -
മാണ്ടൊരു 'ചണ്ഡാലഭിക്ഷുകി'യും
'ചാത്തനു' മന്തർജ്ജനവുമൊപ്പം
നിത്യ സമർച്ചനം ചെയ്തു പോരും
പുല്ലിനും പൂവിനും തുല്യമായി
ചെല്ലുവാൻ പാടുള്ള കോവിലിങ്കൽ
ഈർഷ്യതൻ ധൂമം വമിച്ചിടാത്തൊ -
രാർഷസംസ്കാര പ്രഭയ്ക്കു മുമ്പിൽ
ആദ്ധ്യാത്മിക ശംഖദ്ധ്വനി മുഴങ്ങു-
മാശാന്റെ കാവ്യശ്രീ കോവിലിങ്കൽ'

സ്നേഹപുഷ്പാഞ്ജലി പെയ്യുന്ന ആ രംഗം നമ്മൾ ദർശിക്കുക തന്നെ ചെയ്യും.

ശ്രീനാരായണ ഗുരുസ്വാമികളോടുള്ള ഭക്ത്യാപദാനങ്ങളെക്കൊണ്ടു മുഖരിതമായൊരു കാവ്യശംഖ നാദമാണ് 'ഗുരുപൂജ'. ഗുരുപാദരുടെ ജന്മദിനത്തിൽ-ശ്രാവണ മാസത്തിലെ ചതയം നക്ഷത്ര നാളിൽ-ഓരോ കേരളീയന്റെയും കരളിൽ കളിയാടുന്ന വികാരങ്ങൾ, വി.വി.കെ കവിതയിൽ വാർത്തെടുത്തു കാഴ്ച വെച്ചിരിയ്ക്കുന്നു.

'മെത്തും പ്രഭുജന ജീവിതത്തി -
ന്നത്തുംഗസൗധത്തിൽ നിന്നിറങ്ങി
നിത്യം പൊതുജനസ്പർശമേറ്റാൽ
മാത്രമേ സൽക്കല ധന്യയാവൂ'

എന്ന വിശ്വാസത്തെ മുൻനിർത്തിയെഴുതപ്പെട്ട കവിതകളാണ് 'ബാഷ്പാങ്കുരം' 'നമ്മുടെ തുളസി' 'നാളത്തെ പൗരൻ' തുടങ്ങിയവ.

'അവരഗതികൾ, അവരധഃകൃത-
രവർക്കുമില്ലയോ, സുഖാസുഖങ്ങളും'

....

'അവന്റെ വീർപ്പിലും വിയർപ്പിലും തനി-
ക്കവിതയെത്രയോ വികാരമെത്രയോ
ഹൃദയമുള്ളവരതൊന്നു കാണണ-
മതൊന്നെഴുതണം-അതൊന്നു പാടണം'

നാളത്തെ ലോകം കർഷകന്റെയും തൊഴിലാളിയുടെതുമാണ്. മുതലാളിത്ത സാഹിത്യം മുരടിച്ച മണ്ണടിഞ്ഞു പോകും. വിയർപ്പും നെട്ടു വീർപ്പും വിതച്ച വിത്തുകൾ സമത്വസുന്ദരമായൊരുദ്യാനം സൃഷ്ടിയ്ക്കുക തന്നെ ചെയ്യും. ആ തൊഴിലാളികളെപ്പറ്റി അനുകമ്പാമസൃണമായ അപദാനങ്ങളാണ് വിവികെ പാടുന്നത്. ഇന്നത്തെ അദ്ധ്യാപകലോകത്തിന്റെ ദയനീയതയെ, ഹൃദയസ്പൃക്കായൊരു ഹാസ്യരസം കലർത്തി കാണിച്ചുതരുന്ന ഒരൊന്നാന്തരം കലാശിൽപ്പമാണ് 'നമ്മുടെ തുളസി'. അനുഭവത്തിന്റെയും അനുതാപത്തിന്റെയും ഹൃദയത്തുടിപ്പുകൾ കൊണ്ടങ്കുശങ്ങളിട്ട ഒരു വിലാപ കാവ്യം എന്നുതന്നെ പറയാം. അടിമത്തത്തിന്റെയും അനീതിയുടെയും ചവിട്ടടിയിൽക്കിടന്നു ഞെരുങ്ങുന്ന, ഞരങ്ങുന്ന അദ്ധ്യാപക ജീവിയുടെ ഒരു ചിത്രം, വിവികെ വരച്ചു കാട്ടിത്തരുന്നു.

'സങ്കൽപ്പയാഥാർത്ഥ്യങ്ങൾ ഘട്ടനം ചെയ്തീടുന്നോ-
രങ്കണത്തറയിങ്കൽ വാഴുന്നു കൃശാകൃതി'
'മുത്തശ്ശിക്കേകാദശിയുള്ളപ്പൊഴാവാം, പാവ-
മിത്തിരി വെറുംവെള്ളം പോലുമേ കാണുന്നതും!'

ഇങ്ങനെ 'ഹൃദയഗായക'നിലെ ഓരോ കവിതയും എടുത്തു പറയാൻ തുടങ്ങിയാൽ, ഈ ആമുഖം ഒരു വ്യാഖ്യാനമായിപ്പോയേക്കുമോ എന്ന് ഞാൻ ഭയപ്പെടുന്നു.

വി.വി.കെയെ ഭാഷാ ലോകത്തിന്നു പരിചയപ്പെടുത്തേണ്ടുന്ന ആവശ്യമില്ല. അദ്ദേഹത്തിന്നു സ്വന്തമായൊരു സ്വരമുണ്ട്. അനുഭവങ്ങളെയും ഭാവങ്ങളെയും ഇണക്കി നിർത്താനും, സത്യസങ്കൽപ്പങ്ങളെ കലകൊണ്ട് കെട്ടിയിടാനുമുള്ള അത്ഭുതാവഹമായൊരു കഴിവ്

- അതാണ് വി.വി.കെ.യെ മറ്റു കവികളിൽ നിന്നു വേർതിരിച്ചു നിർത്തു ന്നത്. ശബളാഭയ ആകാശത്തേയും ശിലാവൃതമായ സഹ്യനിരകളെയും സംയോജിപ്പിയ്ക്കുന്ന ഒരു സുവർണ്ണ മേഖല- അതാണ് വി.വി.കെയുടെ കവിത.

ഈ കവികോകിലത്തിന്റെ പുതുഗാനങ്ങൾ കേൾക്കുവാൻ കേരളീയ ഹൃദയങ്ങൾ വെമ്പിക്കൊണ്ടിരിയ്ക്കുയാണ്. വിവികെ തളരാതെ പാടി ക്കൊണ്ടിരിയ്ക്കുമെന്നു തന്നെയാണ് ഞാൻ വിശ്വസിക്കുന്നത്.

പുതിയറ
1-7-47

3
അമൃതഗംഗ
ഉള്ളാട്ടിൽ ഗോവിന്ദൻ കുട്ടി നായർ

വിചാരമണ്ഡലത്തിൽ പൂർവ്വന്മാരെ അപേക്ഷിച്ച് സുദൂരം പുരോഗമിച്ചുവെന്നു അഭിമാനിക്കുന്ന ആധുനിക മനുഷ്യൻ, പ്രസിദ്ധ ചിന്തകനായ ജോഡ് ചൂണ്ടിക്കാണിക്കുന്നതുപോലെ, വികാരങ്ങളെ സംബന്ധിച്ചിടത്തോളം ഇന്നും അന്നത്തെ കിരാതത്വത്തിൽ നിന്നു വളരെയൊന്നും മുന്നോട്ട് പോയിട്ടില്ല. ആത്മനിയന്ത്രണത്തിലൂടെ മാത്രമേ അഭികാമ്യമായ ഒരു ജീവിതം ആകൃതിപ്പെടുത്തുവാൻ കഴിയൂ എന്ന തത്ത്വം അനാദികാലത്തുതന്നെ ഇന്ത്യ ആവിഷ്കരിച്ചിട്ടുണ്ട്. ഈ തത്ത്വത്തെ മുൻനിർത്തിയാണ് ഇന്ത്യയിലെ കലകളും ശാസ്ത്രങ്ങളുമെല്ലാം നാളിതുവരെ പുരോഗമനം ചെയ്തിട്ടുള്ളത്.

കാവ്യകലയെ ദേശീയമായ ഈ വീക്ഷണ കോണിൽക്കൂടി ആകൃതിപ്പെടുത്തുകയും അങ്ങനെ അതിന്റെ അന്തിമലക്ഷ്യമായ സാർവ്വദേശീയതയിലേയ്ക്കു അനുവാചകന്മാരെ ആകർഷിക്കുകയും ചെയ്യുന്ന ആദർശസമ്പന്മാരായ നമ്മുടെ ചുരുക്കം ചില കവികളിൽ ഒരു പ്രമുഖ വ്യക്തിയത്രെ ഈ ഖണ്ഡകാവ്യത്തിന്റെ കർത്താവായ ശ്രീമാൻ വി.വി. കെ-തത്ത്വചിന്തയുടെ ഊട്ടും സൗന്ദര്യബോധത്തിന്റെ പാവും കൊണ്ട് കൈരളിക്കു കമനീയാംബരങ്ങൾ നിർമ്മിക്കുന്നതിൽ അനവരതം പരിശ്രമിച്ചുകൊണ്ടിരിക്കുന്ന സാങ്കേതികവിദഗ്ദ്ധനായ ഈ കലാകാരൻ, 'സുവർണ്ണ മേഖല', 'ഹൃദയഗായകൻ' തുടങ്ങിയ കാവ്യതല്ലജങ്ങൾ വഴിയായി, സാഹിത്യ ലോകത്തിൽ സർവ്വാദൃതവും സ്വതന്ത്രവുമായ ഒരു സ്ഥാനം സ്വയം സമാർജ്ജിച്ചു കഴിഞ്ഞിരിക്കുന്നു. പുരോഗമനത്തിന്റെ പേരിൽ 'പുല്ലും' 'പുലയാട്ടും' കേട്ടു മനംമടുത്ത മലയാളികൾക്കു,

യഥാർത്ഥമായ പുരോഗതി സാധിക്കേണ്ടതു എങ്ങനെയാണെന്നു വ്യാഖ്യാനിച്ചു കൊടുക്കുന്ന ഈ മനോഹരമായ കലാപ്രവാഹം തീർച്ചയായും ഒരു 'അമൃതഗംഗ' തന്നേയാണ്. ഇന്ത്യയുടെ ഇന്നലെ വരെയുള്ള അസ്വതന്ത്രതകൾക്കും, ഇന്നത്തെ അസ്വസ്ഥതകൾക്കും മൂലകാരണമായിട്ടുള്ളത് വർഗ്ഗീയമായ അനൈക്യമാണെന്ന വാസ്തവം വർത്തമാനകാല പ്രശ്നങ്ങളുമായി ബന്ധപ്പെട്ട ഏതൊരാളെയും പറഞ്ഞറിയിക്കേണ്ടതുണ്ടെന്നു തോന്നുന്നില്ല. ഈ അനൈക്യം ഭാരതമാതാവിന്റെ ശരീരത്തെ രണ്ടായി പിളർന്നു; ആ രണ്ടു കഷ്ണങ്ങളും അസ്വസ്ഥതയോടെ കിടന്നു പിടയ്ക്കുകയാണിപ്പോൾ. ഹൃദയഭേദകമായ ഈ കാഴ്ച കണ്ടു ദേശാഭിമാനിയായ കവിയുടെ ഹൃദയത്തിൽ നിന്നു ഉറവയെടുത്ത കലാകല്ലോലിനിയാണ് 'അമൃതഗംഗ'യെന്നു പറഞ്ഞാൽ അതു ഏറെക്കുറെ ശരിയായിയിരിക്കും.

അന്തശ്ചോദനത്തെ മാത്രം മാനിച്ചു മുന്നോട്ട് പോവുന്ന സംസ്കൃതഹൃദയരായ 'അമീറും' 'സുഭദ്ര' യും ആധുനിക ഭാരതത്തിന്റെ വർഗ്ഗീയൈക്യത്തിന്നു മാർഗ്ഗദർശനം ചെയ്യുന്ന രണ്ടു മാതൃകാവ്യക്തികളാണ്. ആദർശത്തിന്റെ ബലിപീഠത്തിൽ ആത്മാഹുതി ചെയ്ത അവരുടെ പാവന രക്തവും പരിശുദ്ധ നിശ്വാസവും ഭാരതീയ ജീവിതത്തിൽ ഒരു സുപ്രഭാതത്തിന്റെ അരുണിമ പൂശുകയും കുളിർ കാറ്റു വീശുകയും ചെയ്യണമെന്നാണ് കവിയുടെ വിവക്ഷ. അങ്ങനെ ശോകാന്തമായ ഈ ഖണ്ഡകാവ്യം, ജീവിതം എങ്ങനെ ഇരിക്കുന്നുവെന്നു ചിത്രീകരിക്കുന്നതോടൊപ്പം എങ്ങനെ ഇരിക്കണമെന്നു അനുശാസിക്കുകയും ചെയ്യുന്നു. അതുതന്നെയാണല്ലോ ജീവിതത്തെയും സംസ്കാരത്തെയും മാനിക്കുന്ന ഉത്തമകലയുടെ ലക്ഷ്യവും.

പരിശുദ്ധ സ്നേഹത്തിന്റെ പര്യവസാനം പലപ്പോഴും പരാജയത്തിലായിരിക്കാം. എന്നാൽ,

'മനുജതയന്യോന്യമുള്ള തലോടുകിൽ
മധുരപ്രതീക്ഷകൾക്കർത്ഥമുണ്ടാം.'

എന്നും

'പൂക്കളിൽ മധുപോലെ, മധുവിൽ മാധുര്യം പോ-
ലുൾക്കളം തന്നിൽതങ്ങും സ്നേഹമേ സമാരാദ്ധ്യം'

എന്നും വിശ്വസിക്കുന്ന ഒരു സ്നേഹഗായകന്ന്, ആ പരാജയത്തെയും ഒരു വിജയമായേ എണ്ണാൻകഴിയൂ. കാരണം സ്നേഹത്തിൽ മാത്രമാണ് അയാൾ യഥാർത്ഥമായ ജീവിതം ദർശിക്കുന്നത്. അതു തന്നെയാകണം മലയാളത്തിലെ ഒരു മൺമറഞ്ഞ മഹാകവി 'സ്നേഹമാണഖിലസാരമൂഴിയിൽ' എന്നും 'സ്നേഹത്തിൽനിന്നുദിക്കുന്നു

ലോകം' എന്നും 'സ്നേഹം താൻ ജീവിതം ശ്രീമൻ' എന്നും നമ്മോട് പറഞ്ഞത്. അദ്ദേഹം ഇത് കൂടി പറയുകയുണ്ടായി:

'സ്ഥിരസ്നേഹത്തെക്കരുതി സ്വയം കഴികിൽ നൂറാവൃത്തി ചത്തീട്ടുവിൻ'.

'മനുഷ്യനെ സ്നേഹത്തിന്റെ കുറ്റിക്കാലിൽ കുടുക്കിക്കെട്ടുക' -ഇതാണ് വി.വി.കെ.യുടെ ജീവിതപരമായ തത്ത്വശാസ്ത്രം. ഈ ആണവ യുഗത്തിൽ ഇതിന്നല്ലാതെ മറ്റേതൊരു തത്ത്വശാസ്ത്രത്തിന്നാണ് മനുഷ്യജീവിതത്തെ നേർവഴിക്കു നയിപ്പാനോ ഭൂമുഖത്ത് നിലനിർത്താൻ പോലുമോ സാധിക്കുക? ഏകലോകത്തെയും ശാശ്വത സമാധാനത്തെയും പറ്റി പ്രസംഗിക്കുകയും അതേ അവസരത്തിൽ തന്നെ സ്വകാര്യമായി ഡിപ്ലമസിയുടെ യന്ത്രശാലയിൽ വിഭജനത്തിനു വേണ്ട വാളിന്റെ വായ്ത്തലയ്ക്കു മൂർച്ച കൂട്ടുകയും, അണുബോംബുകളുടെ അകത്തു ആഗ്നേയ ശക്തി അടിച്ചു കയറ്റുകയും ചെയ്യുന്ന പാശ്ചാത്യ ലോകം എന്നാണ് ഈ പരമാർത്ഥം മനസ്സിലാക്കുക? അവർക്കും അവരുടെ നീതി സംഹിതയെ പിന്തുടരുന്നവർക്കും വിവികെ കാണിച്ചു കൊടുക്കുകയാണ്:

'ലോകഗതിയെയുറ്റുനോക്കി-
യേക ലൊകത്തെയും ലക്ഷ്യമാക്കി
ധീരതയിങ്കൽ ഹിമാചലമാം
ഭാരതശീർഷമുയർന്നു നിൽപ്പൂ'

എന്നിട്ടും അവരത് കാണുന്നില്ല. അഥവാ കാണുന്നതായി നടിക്കുന്നില്ല.

ബാല്യം മുതൽക്കേ ഒന്നിച്ചു പഠിച്ചും കളിച്ചും വളർന്ന അമീറും സുഭദ്രയും ദാമ്പത്യ ജീവിതത്തിലേക്ക് കാലൂന്നിയത് അങ്ങനെ കണ്ടു കൊണ്ടിരിപ്പാൻ സമുദായത്തിന്നു സാധിച്ചില്ല; അമീറിന്റെ ഭദ്ര ജീവിതത്തിൽ 'അന്ത്യരാഗസിന്ദൂരം' ചാർത്തിച്ചു; സുഭദ്ര സ്വമേധയാ അമീറിനെ അനുഗമിച്ചു. മലയാളത്തിൽ ചുരുങ്ങിയത് അറുപതു ശതമാനം കാവ്യങ്ങളുടേയും ചെറുകഥകളുടെയും ആഖ്യായികകളുടെയും കഥാതന്തു, കാമിനീകാമുകന്മാരുടെ ഏതാദൃശമായ പ്രണയപരാജയത്തെ ചിത്രീകരിച്ചു കൊണ്ടുള്ളതാണ്. അനുവാചകന്മാരുടെ ഹൃദയത്തൊട് അത്രയേറെ ഇഴുകിച്ചേർന്നുകിടക്കുന്ന ഈ ഇതിവൃത്തത്തിന്നു സ്വന്തം നിർമ്മാണ നൈപുണ്യം കൊണ്ട് നൂതനത്വവും നിത്യദീപ്തിയും നൽകാൻ വി.വി. കെയ്ക്കു സാധിച്ചിരിക്കുന്നു... ഈ ശ്രമം കാവ്യത്തിന്റെ സാർവ്വജനീനവും സാർവ്വകാലികവുമായ സാംസ്കാരിക മൂല്യത്തോടൊപ്പംതന്നെ ദേശീയവും താൽക്കാലികവുമായ സാമൂഹ്യ മൂല്യത്തേയും വളർത്തുവാൻ ഒട്ടനേകം സഹായിച്ചിട്ടുണ്ട്.

'മതശൃംഖലക്കെട്ടിൽ വളർത്തപ്പെട്ട നമ്മൾ

കുതിക്കാൻ പരസ്പരം കുരക്കാൻ കടിക്കുവാൻ' എന്ന വരികൾ, വിഭക്തഭാരതത്തിലെ ദൈനംദിന സംഭവങ്ങളെ വീക്ഷിക്കുന്ന ഏതൊരാളെയാണ് ലജ്ജാവനതമുഖനാക്കാത്തത്?

'ഈ മതങ്ങൾക്കുമപ്പുറം വിസ്തൃതം
ശ്രീമയമാം മനുഷ്യതയില്ലയോ?'

എന്ന സുഭദ്രയുടെ ചോദ്യം മനുഷ്യത്വത്തെ സംസ്കരിക്കുകയും മധുരീകരിക്കുകയും ചെയ്യേണ്ടമതം അതിനെ എത്രത്തോളം അധഃപതിപ്പിച്ചുവെന്ന് വ്യക്തമാക്കുന്നു. വി.വി.കെ വാസ്തവത്തിൽ ഒരു മതവിദ്വേഷിയല്ല. അദ്ദേഹത്തിന്റെ ഭാവനയിലുള്ള മതം എങ്ങനെയുള്ളതാണെന്ന് നോക്കുക:

'നിർമ്മലം ലോകാദർശ ദർശനം ചെയ്യും മതം
സമ്മതം, സമാദൃതം, സുന്ദരം, സനാതനം!'

അദ്ദേഹം മതങ്ങളോട് പറയുകയാണ്:

'നിത്യ സുന്ദര മർത്ത്യാശയങ്ങളെ
നിത്യമാദരിച്ചെങ്കിലേ നിങ്ങളെ
വിശ്വമാനവ നാദർശമാക്കുവാൻ
വിശ്വസിക്കൂ, വിളിച്ചു കൊണ്ടാടുവാൻ.

താത്വികവും നൈതികവുമായി ഇത്രയും അടിയുറപ്പുള്ള ഈ ഖണ്ഡകൃതിക്ക് ശിൽപ്പപരമായും അൽപ്പേപരമായ ഉൽക്കർഷമുണ്ട്. കാവ്യത്തിലെ വാച്യാംശം ചെറുതും സൂച്യാംശം വലുതുമാണ്. അതുതന്നെയാണല്ലോ ഒരു കാവ്യത്തിന്റെ ശിൽപ്പപരമായ മേന്മയുടെ മാനദണ്ഡവും.

പ്രേമജീവിതത്തിന്റെ
വാസന്തകാന്തിക്കുള്ളിൽ
പൂവണിപ്പുവൽ കാണാ
നാരുമേയാശിക്കില്ലേ?
മാസങ്ങളാനന്ദത്തിൻ
നിമിഷപ്പൂമ്പാറ്റകൾ
മാഞ്ഞുപോയ് കാലത്തിന്റെ
നീലമാംവാനത്തിങ്കൽ.

* * *

ചോരയാൽ ചായം തേക്കും
മാനവന് ചരിത്രത്തിൽ

ചോദ്യചിഹ്നമാം; പക്ഷെ
യാശ്ചര്യ ചിഹ്നം പ്രേമം!

* * *

അന്നുമിന്നുമേയുത്തരമെന്യേ
നിന്നുപോരും പ്രഹേളികേ,
നിന്നെ ജീവിതമെന്നു ചൊൽകയാം
ധന്യ ചിന്തതൻ വാങ്മയം.

എന്നിങ്ങനെയുള്ള വിചാരരമണീയങ്ങളും ബന്ധദാർഢ്യം തികഞ്ഞവയുമായ വരികൾ അനർഗ്ഗളമായി ഉറഞ്ഞൊഴുകുന്ന തൂലികകൾ മലയാളത്തിൽ ഇന്ന് എത്രയുണ്ടാകുമെന്നാണ് നിങ്ങൾ കരുതുന്നത്? ഞാൻ തീർത്തുപറയാം: ഏറിയാൽ രണ്ടോ മൂന്നോ. കവിത ശക്തിയോടൊപ്പം നിപുണതയും അഭ്യാസവുമുണ്ടെങ്കിലേ തൽസ്പഷ്ടമായ ഭാവരൂപത്തിന്നു ഭംഗിയും മധുരത്വവുമുണ്ടാവൂ. വി.വി.കെ.യ്ക്കു ആ മൂന്നു ഗുണങ്ങളും ഉണ്ട്. അത് തന്നെയാണ് അദ്ദേഹത്തിന്റെ കവിത അനുദിനം അധികമധികം ആകർഷകമായിത്തീരുന്നതിന്റെ രഹസ്യവും. പരിശ്രമശീലനായ ഈ കലാകാരനിൽ നിന്ന് ഇനിയും എത്രയോ കനത്ത നേട്ടങ്ങൾ കൈരളിക്ക് കൈവരുവാനുണ്ട്.

നവഭാരതം വർഗ്ഗരഹിതവും സമത്വസുന്ദരവുമായ ഒരു ഏകരാഷ്ട്രത്തേയും ഏകലോകത്തേയുമാണ് ഉന്നം വെച്ചിട്ടുള്ളത്. അതിലേയ്ക്കുള്ള പ്രയാണത്തെ നാം പുരോഗതിയായെണ്ണുന്നു. ആ പ്രയാണത്തിൽ പ്രകാശവും പാഥേയവും നൽകുന്നത് ചിരാർജ്ജിതമായ നമ്മുടെ സംസ്കാരസമ്പത്തു തന്നെയാകണം. അതിന്നു മാത്രമേ നമ്മെ ഉദ്ദിഷ്ടസ്ഥാനത്തെത്തിപ്പാൻ കഴിയൂ. പല രാജ്യക്കാരും സമ്മതിച്ചുതുടങ്ങിയ ഒരു പരമാർത്ഥമാണിത്. അതിന്നു സഹായിക്കുന്ന, പുരോഗമനാത്മകമായ ഒരു സാഹിത്യമാണ് ജനതയ്ക്കിന്നാശ്യം. നമുക്കതിനെവേണമെങ്കിൽ ദേശീയ പുരോഗമന സാഹിത്യമെന്ന് വിളിക്കാം. വി.വി.കെയുടെ ഈ 'അമൃതഗംഗ' മലയാളത്തിലെ ദേശീയ പുരോഗമന സാഹിത്യത്തിന്നു മാർഗ്ഗദർശനം ചെയ്യുന്ന ആദ്യത്തെ ഖണ്ഡകാവ്യമത്രെ. ഇതിന്നു ഇനിയും എത്രയോ അനുയായികളുണ്ടാകില്ലെന്നാരു കണ്ടു?

പട്ടാമ്പി
19-1-48

4
മണ്ണിന്റെ മാറിൽ
എൻ.വി.കൃഷ്ണവാരിയർ

മദിരാശിയിലെ മ്യൂസിക് അക്കാദമിയുടെ ഈയാണ്ടത്തെ സംഗീതമഹോത്സവത്തിൽ അദ്ധ്യക്ഷനായ ശ്രീ സ്വാമിനാഥപിള്ള, സംഗീതോപകരണങ്ങളുടെ കൂട്ടത്തിൽ ഓടക്കുഴലിനുള്ള പ്രാധാന്യത്തേപ്പറ്റി തന്റെ പ്രസംഗത്തിൽ ശക്തിപൂർവ്വം വാദിക്കുകയുണ്ടായി. ആ പ്രസംഗത്തേക്കാളേറെ ശക്തിയിൽ അതേകാര്യത്തെത്തന്നെ ഉൽബോധിപ്പിച്ചു, തുടർന്നുണ്ടായ അദ്ദേഹത്തിന്റെ ഓടക്കുഴൽ വായന. എന്റെ സുഹൃത്തായ ശ്രീ വിവികെയുടെ കവിതയെപ്പറ്റി ഓർക്കുമ്പോഴൊക്കെ ഓടക്കുഴലിനെയും ഓർമ്മിച്ചു പോകയാണ്. പിയാനോവിന്റെ ഗാംഭീര്യവും വൈവിദ്ധ്യവും ഓടക്കുഴലിന്നില്ലായിരിയ്ക്കാം. എന്നാൽ ഓടക്കുഴലിന്റെ സൗകുമാര്യവും ലാളിത്യവും പിയാനോവിനുമില്ല. സൗകുമാര്യത്തിന്റെയും ലാളിത്യത്തിന്റെയും സൗന്ദര്യമാണ് വിവികെയുടെ കവിതയിൽ ഞാൻ കാണുന്നത്. ഒരുപക്ഷെ വിവികെ തന്നെയും അതിൽ കാണുന്നത് മറ്റൊന്നല്ല. 'ഓടക്കുഴലിന്റെ പൊൻകിനാവേ' എന്നു കവിതയെ സംബോധന ചെയ്ത് കൊണ്ടാണല്ലോ 'മണ്ണിന്റെ കവിത' എന്ന ഈ സമാഹാരം ആരംഭിയ്ക്കുന്നത് തന്നെ.

കലയുടെ മൂല്യനിർണയത്തിനുള്ള മാനദണ്ഡം കലയിൽനിന്ന് തന്നെ കിട്ടണം.തന്റെ കവിതയെ അളക്കുവാനുള്ള താപ്പ് ഈ കവി തന്നെ നമുക്ക് തരുന്നുണ്ട്. ഒരു പക്ഷെ മലയാളത്തിലെ മറ്റൊരു കവിയും കവിതയെപ്പറ്റി ഇത്രയേറെ ചിന്തിയ്ക്കുകയോ, ആ ചിന്ത സ്വന്തം കൃതികളിലൂടെ ആവിഷ്കരിയ്ക്കുകയോ ചെയ്തിട്ടില്ല. ഈ സമാഹാരത്തിലെ മിക്ക കാവ്യങ്ങളിലും ഈ 'ഉറക്കെ ചിന്തിയ്ക്കൽ' നിങ്ങൾക്ക് കേൾക്കാം.

'ബുദ്ധി വിഷമിച്ച കാവ്യമല്ല,
ശുദ്ധഹൃദയസംഗീതമല്ലോ,
മാനവവർഗ്ഗം പുരോഗമിപ്പാ-
നാനന്ദമാർഗ്ഗം തുറപ്പതെന്നും.'
(മണ്ണിന്റെ കവിത)

എന്ന് തന്റെ കവിതയുടെ രൂപവും ലക്ഷ്യവും കവി വ്യക്തമാക്കുന്നു.

'നേരിൻ നേരിയ കാഞ്ചനരേഖ
ചേരും ഭാവനതൻ സോമലേഖ
ജീവിതാന്ധകാരത്തിൽ വെളിച്ചം
തൂവുന്നാകിലതെന്തൊരു മെച്ചം'
(എല്ലാവരും കലാകാരന്മാർ)

എന്ന വരികളാകട്ടെ കവിതയുടെ രണ്ടു ഘടകങ്ങളായ, സങ്കൽപ്പ യാഥാർത്ഥ്യങ്ങളെയും, കവിത അനുവാചക ഹൃദയത്തിലൊരു പരിവർത്തനമുളവാക്കിയാണ് ജീവിതോപയോഗിയായിത്തീരുന്നതെന്ന തത്വത്തേയുമാണ് വിരൽ ചൂണ്ടിക്കാണിക്കുന്നത്.

'മാനുഷസ്നേഹത്തിന്റെ-
യിദ്ദിവ്യ സന്ദേശത്താൽ
മാമകാത്മാവിന്നുണ്ടായ്
പുത്തനാമൊരു നേട്ടം'.
(മായാമൃഗം)

'ജീവിത സ്പർശനലോലേ, കലേ
ഭൂവിൽ നീയേതിലുംമേലേ.
**. *. *. *. **
ജീവിതം കൊണ്ടു കൈകാര്യം ചെയ്യു
ഭാവനായത്നചാതുര്യം
നിർത്തുന്നു സൽക്കവേ നിന്നെയാർക്കു-
മെത്താത്ത സന്മണ്ഡലത്തിൽ.'
(വീരശൃംഖല)

'ജീവിതാവശ്യം വന്നു
കൈക്കുമ്പിൾകാണിക്കുമ്പോൾ
പാവനാദർശം നിന്നു
വീണ വായിച്ചാലാമോ?'
(നിവേദനം)

കവിതൻ ഹൃദയനാദം
സമൂഹസൗഭാഗ്യത്തിന്റെ
ഭവികഭാവിയ്ക്കു രൂപ-
മരുളീടട്ടെ,
ഭ്രുവിലാസ വർണ്ണനത്താൽ
നീ കവേ ജനിയ്ക്കാമെന്നാൽ
ജീവിത ഗായകനായേ ജയിക്കയുള്ളു
(ഹൃദയനാദം)

പാടിടം ജീവിതസത്യം, അതിൽ
നേടിട്ടും ഞാൻ ചാരിതാർത്ഥ്യം
(ഞാനൊന്നു പാടി)

രണ്ട് മഹായുദ്ധങ്ങളുടെ ഇടക്കുള്ള കാലഘട്ടത്തിൽ ലോകത്തിലെങ്ങുമുള്ള സാഹിത്യത്തിൽ പൊതുവെ വന്നുചേർന്ന മനുഷ്യസ്നേഹപരമായ വീക്ഷണഗതിയേയാണ് ഈ ഉദ്ധരണികൾ കുറിക്കുന്നത്. അതേ, കവിതയുടെ ലക്ഷ്യത്തെപ്പറ്റിത്തന്നെ.

ജീവിതവുമായി കലയ്ക്കുള്ള ഈ അഭേദ്യ ബന്ധത്തെ ആവർത്തിച്ചുറപ്പിക്കുമ്പോഴും കവിയുടെ നിരുപാധികമായ ആത്മീയ സ്വാതന്ത്ര്യത്തിന് വേണ്ടി ശ്രീ വിവികെ ആവേശത്തോടെ വാദിയ്ക്കാതിരിയ്ക്കുന്നില്ല.
'കൽപ്പന നൽകേണമാരോ കവി-
കൽപ്പനയ്ക്കെന്നു വന്നാലോ?
(വീരശ്യംഖല)

കവിതയും ജീവിതവുമായുള്ള ബന്ധം, സ്ഥൂലദൃഷ്ടികൾ കരുതുംപോലെ കവിതയിലെ പ്രചരണാത്മകതയല്ല. കല സാധിയ്ക്കുന്നത് വ്യക്തി സംസ്കരണമാണ്; സൗന്ദര്യദർശനത്തിൽ അനുവാചകനുണ്ടാവുന്ന ആന്തരമായൊരു പരിവർത്തനമാണ്, ഒരു പുതിയ 'മാമ്മൂദീസ'. ഇത് കവിയ്ക്കും അനുവാചകനും തുല്യമാണ് താനും.
'ജീവിതം വെറുമേട്ടിൽപ്പകർത്തും മുമ്പേ സ്വന്ത-
ജീവിതം കവിതയായ് മാറ്റുവാൻ കഴിഞ്ഞെങ്കിൽ!
(സൗന്ദര്യപൂജ)

ശ്രീ വി.വി.കെ. ജീവിയ്ക്കുന്ന ഗ്രാമത്തിന്റെ ശുദ്ധിയും വേല ചെയ്യുന്ന വിദ്യാലയത്തിന്റെ പ്രകാശവും ഈ കൃതികളോരോന്നിലും നിങ്ങൾക്കു ശ്വസിയ്ക്കാൻ കഴിയും. ആ ഗ്രാമത്തിലും പ്രതീക്ഷകൾ മൂക്കാതെ കൊഴിഞ്ഞു വീഴുകയും പകൽ വെളിച്ചത്തിൽപ്പോലും മാമൂലിന്റെയകത്ത്

ഘനനാന്ധകാരം കുനിക്കുട്ടുകയും പട്ടിണിക്കണ്ണീരിൽ വാചാലതകൾ മുങ്ങിപ്പോവുകയും ശോഷിച്ച സമുദായം ലോകത്തിന്റെ മുമ്പിലൊരു ചോദ്യചിഹ്നമായി നിൽക്കുകയും ചെയ്യുന്നുണ്ടെന്നത് ശരിതന്നെ. എങ്കിലും -വലിയ ഒരെങ്കിലുമാണിത്-അവിടെ നിത്യപ്രയത്നം പൂത്തു തളിർക്കുന്നുണ്ട്; വിയർപ്പിന്റെ വിയൽഗ്ഗംഗയിൽ മുങ്ങി സുകൃതം നേടിയവർ പ്രകൃതിയുടെ പ്രസാദക്കൈനീട്ടം വാങ്ങുന്നുണ്ട്. തുവൽ കുറിയ്ക്കുന്ന ഭാവനാ പ്രപഞ്ചത്തെ അവിടത്തെ മണ്ണിന്റെ കലാകാരന്മാർ തുമ്പയാൽ തിരുത്തുന്നു.അങ്ങനെ തിരുത്തപ്പെട്ട കവിതയാകട്ടെ,

'ക്ലേശമുറ്റും ചളിപ്പാട-
ത്താശതന്റെ വിത്തിറക്കി

പേശലസമൃദ്ധി' കൊയ്യുന്നു. ആ കവിത ലോകത്തിന്നു നൽകുന്ന സന്ദേശം ഇതാണ്:

'ഇന്നിനെശ്ശസ്ത്രക്രിയയിൽ-
ക്കേടുപാടു തീർത്തരോഗ-
സുന്ദരമാക്കുക നിന്റെ
തുലികയാലേ.
നാളെയുടെ നവലോക-
സംവിധാനത്തിങ്കൽ നിന്റെ
നാവു പാവപ്പെട്ടവർക്കു
ശക്തിയാവട്ടെ!
(ഹൃദയനാദം)

'ഏതാവദ്ധ്യനുശാസനം' എന്ന ഋഷി വാക്യം ഉദ്ധരിച്ചുകൊണ്ട് ഇതവസാനിപ്പിയ്ക്കട്ടെ.

മാതൃഭൂമി, കോഴിക്കോട്

26-12 - 1953

5
വല്ലകി
സുകുമാർ അഴിക്കോട്

സുവിഖ്യാതരായ ചില കവികളും വിമർശകന്മാരും അവതരിപ്പിച്ച് സുവിദിതമായിക്കഴിഞ്ഞ മൂന്നുനാലു സമാഹൃത കവിതാഗ്രന്ഥങ്ങളുടെ കർത്താവായ വിവികെയുടെ ഈ പുതിയ പുസ്തകത്തിന്ന് എന്തിനാണ് ഒരവതാരിക എന്ന ചോദ്യം ആരംഭത്തിൽ തന്നെ എന്നെ അലട്ടുന്നു. പുതിയൊരു കവി അവതാരണം അർഹിക്കുന്നതു പോലെ പുതിയൊരു കൃതിയും അവതാരണം അർഹിക്കുന്നുവെന്ന് ഈ ചോദ്യത്തിന് ഉത്തരം പറഞ്ഞു കൂടായ്കയില്ല. പക്ഷെ സുപരിചിതനായ ഒരു കവിയുടെ പുതിയ ഒരു കൃതി അവതരണീയമാവുന്നത് ആ കവിയുടെ പഴയ കൃതികളിലില്ലാത്ത ഗുണവിശേഷങ്ങൾ അതിലുണ്ടെങ്കിൽ മാത്രമാണെന്നറിയുന്നവർക്കുമേൽ കൊടുത്ത ഉത്തരത്തിന്റെ പോരായ്മ വ്യക്തമായിരിക്കും. 'സുവർണ്ണ മേഖല' 'ഹൃദയഗായകൻ' 'ഭാവശ്യംഖല' 'അമൃതഗംഗ' എന്നീ കൃതികൾ വെളിപ്പെടുത്തിക്കഴിഞ്ഞ 'വി.വി.കെ മുദ്ര'യിൽ കുറഞ്ഞോ കവിഞ്ഞോ ഉള്ള ഒന്നും ഈ 'വല്ലകി' സ്പഷ്ടീകരിക്കുന്നില്ല. ആ പൂർവ്വകൃതികളുടെ ലക്ഷണമൊത്ത ഒരവരജനാണ് ഇത്. ഈ ഏകതാനത പല എഴുത്തുകാരിലും കാണപ്പെടാത്ത ഒരു സ്വഭാവമാണ്. എങ്കിലും അതിനെ പ്രശംസിക്കുവാൻ വേണ്ടി മാത്രം ഒരു അവതാരിക എഴുതുന്നത് സമീചീനമായി കരുതപ്പെടുകയില്ലല്ലോ.

വാസ്തവത്തിൽ, മുൻപറഞ്ഞ അവതാരികകളാണ് ഈ അവതാരികയുടെ അടിസ്ഥാനം. അവയിൽ ബിന്ദുമാത്രമായി സൂചിപ്പിക്കപ്പെട്ട ഒരു ഗുണത്തെ രേഖാരൂപമായി ഉപബൃംഹണം ചെയ്യുകയാണ് ഈ അവതാരികയുടെ കർത്തവ്യം. ആ രേഖയെ വിവികെയുടെ കവന

മാർഗ്ഗമായെടുക്കാം. പിന്നീട് വന്ന പല നിരൂപണങ്ങളും വിമർശനങ്ങളും ഋജുവായ ആ രാജമാർഗ്ഗത്തെ വിസ്മരിച്ചുകൊണ്ട് അതിനോട് ചേർന്നു പോകുന്ന ചില ഊടുപാതകളെയാണ് നോക്കിനിന്നത്. വി.വി.കെയുടെ കവിതയുടെ ശബ്ദമാധുരിയാണ് അവരെ തെറ്റിച്ച ആകർഷകങ്ങളായ ഊടുപാതകളിലൊന്ന്. വായനക്കാരുടെ ഇടയിൽ വ്യാപ്തമായ ഈ പ്രാമാദിക ധാരണയ്ക്കു പ്രതിനിധീഭവിക്കുന്നു 'ഭാവശൃംഖല'യ്ക്കു അടുത്ത കാലത്തുണ്ടായ ഒരു നിരൂപണത്തിൽ കാണുന്ന ഈ അഭിപ്രായം: 'ഭാവങ്ങളും ഭാവനകളും ഇണക്കിച്ചേർത്ത് വിളക്കുന്നതിനേക്കാൾ പദങ്ങളും ശബ്ദങ്ങളും ഉഴിഞ്ഞുമിനുക്കി കൂട്ടിക്കെട്ടുന്നതിൽ കവിതയ്ക്ക് കൂടുതൽ വിശ്വാസവും ശ്രദ്ധയുമുണ്ട്. ഇടതടവില്ലാതെ ഒഴുകുന്ന സുന്ദര സംഗീതം അതിന്റെ നേട്ടമാണ്. ഈ കവിയുടെ പഴയ കൃതികളിലും ഈ മെച്ചം പ്രകടമായിട്ടുണ്ട്.' (സാഹിത്യ പരിഷത്ത് പു.23. ലക്കം 1-2,1954 ജനവരി-ഫെബ്രുവരി)

ഭാവശിൽപ്പവിധുരവും ഭാവനാ ശൂന്യവും, അതേസമയം ശബ്ദസൗന്ദര്യ ഭ്രാന്തവുമായ കവിത 'അധമാധമം' ആണെന്ന് പറയുന്ന 'രസഗംഗാധര'കാരനായ ജഗന്നാഥ പണ്ഡിതരാജൻ; ഏതു വിമർശകനും പണ്ഡിതരാജനോടൊപ്പം അതേറ്റ പറയുകയും ചെയ്യും. അത്തരം കവിതയെഴുതുന്ന ആളാണ് വിവികെ എന്ന് ചിലർ (ഖണ്ഡനരൂപത്തിലല്ല, മണ്ഡനരൂപത്തിൽത്തന്നെ) പറഞ്ഞു തുടങ്ങുമ്പോൾ കൈരളീസമ്മതനായ പ്രസ്തുത കവിയുടെ കവിതാ സമ്പ്രദായം ഒരു പുന: പരിശോധനത്തിന്ന് വിധേയമാക്കേണ്ട അവസരം ആസന്നമായെന്നാണ് അർഥം. ഈ ഘട്ടത്തിൽ പ്രസിദ്ധീകരിക്കപ്പെടുന്ന 'വല്ലകി' അതിനാൽ, ഒരവതാരികയെ തീർച്ചയായും അർഹിക്കുന്നു. അവതാരികാകാരനാവാൻ എനിയ്ക്കുള്ള അർഹതമാത്രമേ ചിന്ത്യമായി അവശേഷിക്കുന്നുള്ളൂ!

വ്യക്തികളുടെ ജീവിതകഥകളെ, അഥവാ ആലംബനവിഭാവങ്ങളുടെ അനുഭവ വിശേഷങ്ങളെ, ഉൽഗ്രഥനം ചെയ്തുകൊണ്ട് ഭാവങ്ങളെ മനുഷ്യസാധാരണമായ സാമാന്യ തലത്തിലെത്തിക്കുകയും അങ്ങനെ അവയെ സർവ്വ ജനാസ്വാദ്യമാക്കുകയുമാണല്ലോ കാവ്യകലയുടെ കർമ്മപരിപാടി.' സാധാരണീകരണം' എന്ന് അറിയപ്പെടുന്ന ഇതാണ് രസാവിഷ്ക്കരണത്തിന്റെ വഴി. ലോകത്തിലെ മിക്ക കവികളുടെയും മിക്ക കവിതകളുടെയും സ്വഭാവമിതാണ്. രസ പ്രകടനത്തിന്നു ആലംബമായ വിഭാവങ്ങൾ മിക്ക കാവ്യങ്ങളിലും വൈയക്തികങ്ങളായിരിയ്ക്കും. എന്നാൽ ചിലപ്പോൾ ചില കവികൾ വൈയക്തിക ജീവിതങ്ങൾക്കു പകരം വ്യക്തികളുടെ സാമാന്യ സ്വഭാവങ്ങളെ ആലംബനവിഭാവങ്ങളാക്കാറുണ്ട്. ധർമ്മിയായ- ഗുണിയായ-ശ്രീരാമനെ

വർണ്ണിക്കാതെ ശ്രീരാമന്റെ ധർമ്മമായ-ഗുണമായ-വ്രതനിഷ്ഠയെ വർണ്ണിക്കുന്ന കവികളാണ് അവർ. കവികളുടെ ഈ സ്വഭാവത്തെ സാമാന്യഭാവതൽപ്പരത (Love of abstraction) എന്നും ഇത്തരം കൃതികളെ സാമാന്യ ഭാവകവിത (Poetry of abstraction) എന്നും വിളിയ്ക്കാം. ('ആബ്സ്ട്രാക്റ്റ് കല'യെയല്ല ഇവിടെ വിവക്ഷിക്കുന്നത്.) ഗുണിയെ സ്നേഹിക്കാൻ വേണ്ടി അല്ല. കാരണം അത് മൂർത്തമാണ്, സ്വരൂപമാണ്, പ്രത്യക്ഷമാണ്, സോപാധികമാണ്. പക്ഷെ കേവലമായ ഗുണത്തെ ഇഷ്ടപ്പെടുക എളുപ്പമല്ല. എന്തുകൊണ്ടെന്നാൽ അത് മൂർത്തവും അരൂപവും പരോക്ഷവും നിരുപാധികവുമാണ്. അതിനാൽ ഗുരുവർണ്ണനകാവ്യങ്ങൾ ആസ്വാദനത്തിന് വിഷമമുള്ളവയത്രെ. അവയിൽ ആസ്വദിക്കുവാൻ ഒന്നുമില്ലെന്നുള്ള പറച്ചൽ ആ ആസ്വാദന വൈഷമ്യത്തിന്റെ വിളംബരം മാത്രമാണ്, അനാസ്വാദ്യതയുടേതല്ല. മലയാളസാഹിത്യത്തിൽ ഈ ചായ്വ് ഏറ്റവും അധികം തെളിഞ്ഞു കാണുന്നത് വിവികെയിലാണെന്ന് എനിക്കു തോന്നുന്നു. ആസ്വാദനക്ലേശം കൂട്ടുന്ന ഈ നിഗൂഢാംശത്തിന്റെ രഹസ്യം ഗ്രഹിക്കാത്തതിനാൽ ആവാം, അദ്ദേഹത്തിന്റെ അതിപ്രകടമായ ഗാനാത്മകതയെപ്പറ്റി നിരൂപകർ പറഞ്ഞു കൊണ്ടേയിരിക്കുന്നത്.

വൈദിക സാഹിത്യം തൊട്ട് നോക്കിയാൽ കവികളുടെ സാമാന്യതൽപ്പരതയ്ക്ക് ഉത്തമോദാഹരണങ്ങൾ ലഭിക്കുന്നതാണ്. ഋഗ്വേദ സൂക്തരചനയുടെ ആദ്യഘട്ടത്തിൽ അഗ്നി, വരുണൻ, ഇന്ദ്രൻ, പൃഥ്വി തുടങ്ങിയ ദേവതകളെയായിരുന്നു ആർഷകവികൾ പ്രകീർത്തിച്ച് പോന്നത്. എന്നാൽ അവരുടെ ചിന്ത കൂടുതൽ കൂടുതൽ സൂക്ഷ്മമായപ്പോൾ അവർ ഗുണപ്രധാനങ്ങളായ ദേവസങ്കൽപ്പങ്ങളെപ്പറ്റി പാടുവാൻ തുടങ്ങി. ധാതാവ്, പ്രജാപതി എന്നീ ദേവകൽപ്പനകൾ കാണുക. ഒരു കാലത്ത്, ക്രമത്തിൽ, ഇന്ദ്രന്റെയും സവിതാവിന്റെയും വെറും വിശേഷണങ്ങളായിരുന്ന പദങ്ങൾ മാത്രമാണ് ഇവ. ഗുണവാചകങ്ങൾ ഗുണിയെപ്പോലെ ആരാധ്യവും ശ്രദ്ധേയവുമാവുമെന്നതിന്ന് വിശ്വസാഹിത്യത്തിന്റെ പ്രക്രമഭാഗമായ വൈദിക സാഹിത്യം തരുന്ന തെളിവുകൾ നിസ്സാരങ്ങളല്ല. കീഴോട്ടു കടന്നാൽ, ഭാരതീയ പാശ്ചാത്യ സാഹിത്യങ്ങൾ ഈ പ്രവണതയെ ധാരാളം സ്പഷ്ടമാക്കുന്നത് കാണാം. ഭർത്തൃഹരിയുടെ 'ശതക'ങ്ങളും കൃഷ്ണമിശ്രന്റെ 'പ്രബോധന ചന്ദ്രോദയ'വും സംസ്കൃതത്തിൽ കാണാവുന്ന സാമാന്യ ഭാവകൃതികളിൽ ഉൽകൃഷ്ടങ്ങളാണ്. ബോണ്ടിന്റെ 'To Tombs', മിൽട്ടന്റെ 'L Allegro' ' II penseroos', ഗ്രെയുടെ 'Elegy' എന്നിവ ഇംഗ്ലീഷിലും ആശാന്റെ 'നിഷ്കപടനോട്", വള്ളത്തോളിന്റെ 'നര കണ്ടിട്ട്" എന്നിവ

മലയാളത്തിലും സമാനകൃതികളാണ്. (ഈ ദൃഷ്ടാന്തങ്ങൾ സ്ഥാലീപുലാക ന്യായപരം മാത്രമാണെന്ന് ശ്രദ്ധിക്കണം)

ഈ പാരമ്പര്യം വി.വി.കെയിൽ സ്പന്ദിച്ച് കൊണ്ട് നിൽക്കുന്നു. വ്യക്തിദർശനത്തേക്കാൾ സാമാന്യ ഭാവദർശനമാണ് അദ്ദേഹത്തിന്റെ കവിതകളെ ഭാസുരമാക്കുന്നത്. അദ്ദേഹത്തിന്റെ സ്തുതിക്കപ്പെട്ട ധർമ്മാദർശപ്രേമവും സംസ്കാരവാഞ്ഛയും എല്ലാം സാമാന്യ താൽപ്പര്യത്തിൽ ഒതുങ്ങിക്കഴിയുന്നു. വിമർശവിഷയകമായ 'വല്ലകി'യിലെ ഇരുപത്തെട്ടു കൃതികളിൽ പകുതിയിലേറെ ഈ മട്ടിലുള്ളവയാണ്. (ഈ മട്ടിൽപ്പെടാത്തവ ഓണം, ഗാന്ധിവധം, വള്ളത്തോൾ, ഭാരതസ്വാതന്ത്ര്യം....) സാമാന്യതയെ അന്വേഷിക്കുന്ന കവിചിത്തം രൂപങ്ങളുടെ പ്രത്യക്ഷലോകത്തിൽ നിന്ന് അരൂപങ്ങളുടെ അദൃശ്യ മേഖലയിലേയ്ക്കു കുതിക്കുകയത്രെ. മുൻ പറഞ്ഞത് പോലെ ചിന്ത സൂക്ഷ്മകരമാകണമെന്നതിന്നു പുറമെ ഭാവന സ്പഷ്ടതരം കൂടിയായിരുന്നാലേ സാമാന്യസങ്കൽപ്പ നിബദ്ധമായ കവിത ഉള്ളിൽ തട്ടുന്നതാവുകയുള്ളൂ. സംഗീതനിർഭരതയും ഹ്രസ്വതയും ഇത്തരം കവിതയുടെ ഹൃദയസ്പർശിത്വത്തെ ദൃഢതരമാക്കുന്നു. വിവികെയുടെ കൃതികളിൽ ഈ രണ്ട് ഗുണങ്ങളും വേണ്ടപാകത്തിൽ സമ്മേളിച്ചിരിക്കുന്നു. ഇവ മാത്രം കണ്ട്, കാണേണ്ടത് കാണാതെ പോയവരാണ് പലരും. ഇതിന്നൊക്കെ തെളിവായി 'പ്രതീക്ഷ' എന്ന കൃതിയിലെ ഒരു ഭാഗം ഉദ്ധരിക്കട്ടെ:

'ഭാവിതൻ ചില്ലയിലായിരമായിരം
ഭാവനകോരകം തഞ്ചി നിൽക്കെ,
യൗവനമേലുമമ്മദ്യലഹരിയിൽ
ജീവിതം താനൊരു ഗാനമാകെ,
പിന്നെയും പിന്നെയും ഭാവതരളമാം
സുന്ദരസ്വപ്നമനുഗ്രഹിക്കെ,
സൽപ്രേമസാഹിതിയ്ക്കോലും ചമൽക്കാര-
മുൾപ്രമോദത്തോട്ടുയർന്നു നിൽക്കെ,
ഭൂതകാലത്തിന്റെ തിക്തകഥകളെ
ഭൂവിനു വിസ്മരിക്കാതെ വയ്യാ.
കണ്ണീരിലാണ്ടൊരു വർഷരാവല്ലയോ
നിർണ്ണയമസ്ഥിതി വിസ്മരിച്ചു,
കാലത്തിൻ സൗജന്യമേറ്റു ചിരിപ്പതു
ലോലമാം ശാരദപ്പൂ നിലാവാൽ!
മർമ്മഭിദ്ദൂരമെൻ പൂർവ്വ ചരിതത്തെ-
യമ്മട്ടും വിസ്മരിക്കട്ടെ ഞാനും'

ഇതിൽ ഭാവങ്ങളും ഭാവനകളും ഇല്ലെന്നും പദങ്ങളും ശബ്ദങ്ങളും മാത്രമാണുള്ളതെന്നും എഴുതാൻ ധൈര്യപ്പെടുന്നവരുണ്ടെങ്കിൽ അവരെ നമുക്ക് സൂക്ഷിയ്ക്കുക!

പൊതുവിൽ 'വല്ലകി'യിലെ സാമാന്യ ഭാവ കൃതികൾ മനുഷ്യന്റെയും സമുദായത്തിന്റെയും ഭാവി, കലയുടെ സങ്കേതങ്ങൾ, എന്നീ രണ്ടു വിഷയങ്ങളുടെ ചരടിന്മേൽ തൂങ്ങി നിൽക്കുന്നവയാണ്. സന്ദേശം, മനുഷ്യൻ നന്നാവില്ലേ! ശാന്തിയോ! ജീവിതപുഷ്പം, ആശാമുകുളം, ജീവിതമൂല്യം, ആത്മസൗരഭം, കിഴക്കും പടിഞ്ഞാറും, ചിരിയും ചിന്തയും, പ്രതീക്ഷ എന്നിവ ആദ്യത്തെ വിഷയത്തെ ആശ്രയിച്ച് നിൽക്കുന്നവയാണ്. കലർപ്പില്ലാത്ത മനുഷ്യപ്രേമത്തിന്റെ തിരുവെഴുത്തുകളാണിവ.

'മേൽക്കുമേൽ മിഥ്യാമാന
ബുൽബുദം പൊങ്ങിടുന്നോ-
രുൾക്കടലിരമ്പുന്നു
മദത്തിൻ കൊടുങ്കാറ്റാൽ.
ദൂരചക്രവാളത്തി-
ലങ്ങതാ നോക്കൂ ശാന്തി-
ചാരു കൊച്ചോടം കാണാ-
മമ്പിളിക്കല പോലെ.'
(ജീവിത മൂല്യം)

ഈ വരികളെഴുതിയ കവിയുടെ മുഷ്ടിയിലതാ അഗമ്യവിസ്തൃതമായ മനുഷ്യഹൃദയം കിടന്നു ചുളുങ്ങുന്നു!

കലാപരമായ കൃതികളിലാണ് വിവികെയുടെ യഥാർത്ഥ മുദ്ര തെളിഞ്ഞു നിൽക്കുന്നത്. കലാപ്രേമവും മനുഷ്യപ്രേമവും അന്യൂനാതിരിക്തങ്ങൾ ആണെന്ന ശരിയായ കാഴ്ച്ച അവ നമുക്ക് ഉപഹാരം ചെയ്യുന്നു. കലയെ കാവ്യവിഷയമാക്കിക്കൊണ്ടുള്ള കവനങ്ങൾ മലയാള സാഹിത്യത്തിൽ എന്നല്ല വിശ്വസാഹിത്യത്തിൽത്തന്നെ അത്യന്ത ദുർല്ലഭമാകുന്നു. കലാകാരനെ വിഷയീകരിച്ചുകൊണ്ട് രചിതമായ മികച്ച കൃതികൾ നമുക്ക് പരിചിതങ്ങളായുണ്ട്. ഉദാ: റോമെയിൻ റോളണ്ടിന്റെ ഖലമി ഇവ്വശ്ശേീുവല,സോമർസെറ്റ് മോമിന്റെ ഇമസല മെിറ അഹല, ബഷീറിന്റെ കഥാബീജം. നമ്മുടെ കവിയുടെ മേദുരമായ പ്രതിപത്തി അദ്ദേഹത്തെ ഒരുപടി കൂടി മുന്നോട്ട് നടത്തി കലയെത്തന്നെ വിഷയ മായി സ്വീകരിപ്പിക്കുന്നു. കല, ഭാവന, ഹൃദയരശ്മി, വിഷമപ്രശ്നം, സ്വപ്നം, ആത്മനിർവൃതി, മനുഷ്യയുഗം, കലാഹൃദയം, കലാർച്ചന, അനശ്വരഗാനം എന്നീ കൃതികളിൽ കലയുടെ ലക്ഷ്യം, മാർഗ്ഗം, പ്രയോജനം എന്നീ നാനാസംഗതികളെപ്പറ്റി രസാവഹമായി

പ്രതിപാദിച്ചിട്ടുണ്ട്. 'മനുഷ്യയുഗ'ത്തിൽ കലാകാരന്റെ ശാശ്വതമായ മാനിഫെസ്റ്റോ വിവികെ വിളംബരപ്പെടുത്തുന്നു:

'പാട്ടുവാനാശിച്ചാലും
പാടില്ല പാടാ; നുണ്മ
മൂടിടും നയത്തിൻ പൊൻ
ചായമെൻ നാവിന്നില്ലാ,
പാട്ടുവാനതുകൊണ്ടു
പാടില്ല യെന്നെൻ ചുറ്റ -
പാട്ടുകൾ വിലക്കുന്നു,
നിയമം ശാസിക്കുന്നു
നേരിനെപ്പുൽകീടാത്ത
തേനൊലിഗ്ഗാനത്തേക്കാൾ
പാരിനാനന്ദപ്രദം
പാവനാത്മാവിൻ മൗനം'

ഈ കവിക്ക് ഭാവുകം ആശംസിക്കുമ്പോൾ കേരളീയരായ അനുവാചകരുടെ ഹൃദയ ഭിത്തികൾ അതിന്ന് മാറ്റൊലി സൃഷ്ടിക്കുമെന്ന് എനിയ്ക്ക് വിശ്വാസമുണ്ട്.

നിത്യാനന്ദാലയം
സുകുമാർ അഴിക്കോട്
അഴീക്കോട്
18.04.1954

6

എന്റെ കവിത

എൻ.വി. കൃഷ്ണവാരിയർ

അങ്ങനെ വി.വി.കെ.യ്ക്കും ആയി അറുപതുവയസ്സ്. പുരുഷായുസ്സിന്റെ പൂർവാർദ്ധം പിന്നിടുന്ന മംഗളമുഹൂർത്തിൽ എളിയതെങ്കിലും ഉചിതമായ ഒരുപഹാരം അദ്ദേഹത്തിന്ന് സമർപ്പിക്കണമെന്ന് സുഹൃത്തുക്കൾക്ക് സ്വാഭാവികമായ ഒരാഗ്രഹം. അവസരത്തിന്റെ ഗാംഭീര്യത്തിന്നും വിശുദ്ധിയ്ക്കും, അവർക്ക്, അദ്ദേഹത്തോടുള്ള സ്നേഹാദരങ്ങൾക്കും ഇണങ്ങിയ ഒരുപഹാരം എന്തായിരിക്കും? ഒരു കുടന്ന മുല്ലപ്പൂക്കളാവാം. അഴകും മണവുമുണ്ട് മുല്ലപ്പൂക്കൾക്ക്. പക്ഷെ പുലരുമ്പോഴേയ്ക്കു അവ വാടിക്കരിഞ്ഞു പോവും. എന്നാൽ ഒരു വൈരക്കല്ലായാലോ? നിത്യതയ്ക്കായി പ്രകൃതി സൃഷ്ടിച്ച ഉജ്ജ്വലതയത്രേ വൈരക്കല്ല്. പക്ഷെ വൈരക്കല്ലിന്നുണ്ടോ മുല്ലപ്പൂക്കളുടെ സൗന്ദര്യവും സൗരഭ്യവും? മുല്ലപ്പൂക്കളുടെ ഭംഗിയും വാസനയും വൈരക്കല്ലിന്റെ ശാശ്വതത്വവും ഔജ്ജ്വല്യവുമുള്ള ഒരു സമ്മാനം വേണം ഈ കവിയ്ക്കു നൽകുവാൻ. അതേ ഈ അവസരത്തിന്റെ ഗാംഭീര്യത്തിനും വിശുദ്ധിയ്ക്കും ഒത്തിണങ്ങിയിരിയ്ക്കൂ.

അങ്ങനെയാണ് വി.വി.കെ.യുടെ തിരഞ്ഞെടുത്ത കവിതകളുടെ ഈ സമാഹാരം ഉടലെടുത്തത്. അദ്ദേഹത്തിന്റേ ദൃഷ്ടിയിൽ ഏറ്റവും വിലപ്പെട്ടതെന്തോ അതു വേണമല്ലോ അദ്ദേഹത്തിന്നു സമർപ്പിക്കാൻ. 'സൽക്കലാദാസ്യത്തിന്നു താഴെയാം സാമ്രാജ്യത്തിൻ പൊൽക്കിരീടവുമെ'ന്നു ചിന്തിയ്ക്കുന്ന കവിയാണ് വി.വി.കെ.

'കവിയെന്നൊരാളെന്നെ-
പ്പറയും നേരത്തെന്റെ
കരളിൽ സുധാവർഷം

വീഴുന്നു'വെന്ന് അദ്ദേഹം തുറന്നു സമ്മതിച്ചിട്ടുണ്ട്. 'കവി' എന്നതിനേക്കാൾ മികച്ച ഒരു ബിരുദം ആർക്കെങ്കിലും നൽകാനുണ്ടെന്ന് അദ്ദേഹം കരുതുന്നില്ല. അതു കൊണ്ടാണല്ലോ മഹാത്മാഗാന്ധിയെ അദ്ദേഹം 'ജീവത്സാഹിത്യ മഹാകവി'യെന്നു വിളിച്ചത്. കവിത പോലെ മഹത്തായ മറ്റൊരു സിദ്ധിയും മനുഷ്യൻ ഇന്നോളം നേടിയിട്ടില്ലെന്ന കാര്യത്തിൽ അദ്ദേഹത്തിനു യാതൊരു സന്ദേഹവും ഇല്ല. അന്യഥാ അസഹ്യമാകുമായിരുന്ന ജീവിതത്തെ സഹ്യം മാത്രമല്ല സ്പൃഹണീയം കൂടിയാക്കുന്നത് കവിതയത്രേ.

മനുഷ്യജീവിതത്തിനു മാത്രമല്ല കവിത ചൈതന്യ ധന്യതയണയ്ക്കുന്നത്. കവിത ഇല്ലായിരുന്നെങ്കിൽ വിശ്വപ്രകൃതിതന്നെ വിരൂപയും വന്ധ്യയുമായിരുന്നേനേ:

'കവിതയരുളീടുന്നൊരാത്മ തേജസ്സു താൻ
നിയതമഴകേകുന്നു സൗരയൂഥത്തിനും'

കവിത സ്വന്തം ആത്മാവിനെക്കണ്ടെത്തുന്നത് ആകട്ടെ ജീവിതത്തെക്കുറിച്ച് പാടുമ്പോൾ മാത്രമാകുന്നു:

'ഹൃദയം ഹൃദയത്തെ സ്പർശിച്ചു പാടീടുന്ന
പദമേ ലോകത്തിനു നിത്യ ഗേയമായീടൂ:
ജീവിതവിമർശമേ കവിയെക്കവിയായി
ജീവിപ്പൂ കലാലോകജ്യോതിസ്സായ് ചമച്ചീടൂ'
ഇതും അദ്ദേഹത്തിന്ന് ഉറപ്പാണ്:
'ജീവിത സ്പർശനലോലേ, കലേ!
ഭുവിൽ നീയേതിലും മേലെ!'

ഇക്കഴിഞ്ഞ അറുപത് ആണ്ടുകൾക്കിടയിൽ അദ്ദേഹത്തിന്ന് കൈവന്നിട്ടുള്ള നേട്ടങ്ങളിൽ ഏറ്റവും ഗുണം മുറ്റിയത് എന്തെന്ന് അദ്ദേഹത്തോട് ചോദിക്കൂ. സംശയലേശം കൂടാതെ അദ്ദേഹം പറയും:

'പുഞ്ചിരിയും കണ്ണുനീരും - വീണു
തഞ്ചുമൊരു വരിയൂറും
പുല്ലാങ്കുഴലിങ്ങിരിയ്ക്കെ - വെറും
പുല്ലാണ് മറ്റുള്ളതൊക്കെ'

ദീർഘകാലമായി തുടർന്നുവരുന്ന കാവ്യസാധന വിവികെയുടെ ജീവിതത്തെത്തന്നെ ഒരു വിശുദ്ധ കാവ്യമാക്കിത്തീർത്തിരിയ്ക്കുന്നു.

'നന്മയെച്ചിന്തിയ്ക്കാനും
ചിന്തിച്ചതോതീടാനും,
കർമ്മത്തിലതിൻ ശുദ്ധി തികച്ചും
പാലിയ്ക്കാനും കൈവരും

ഭാഗ്യം പോലെ-
യില്ലൊരു കലാനേട്ടം
ജീവിതം തിരഞ്ഞീടിൽ
സംതൃപ്തി സാമ്രാജ്യത്തിൽ'

എന്ന് ഇന്നദ്ദേഹത്തിന്ന് നല്ല പോലെ അറിയാം.

'ശുദ്ധമാം ചിന്താകേന്ദ്ര
ബിന്ദുവിൽ നിന്നേ പൊങ്ങൂ
ചുറ്റളവില്ലാത്തതാം
സ്നേഹമണ്ഡല ദീപ്തി!'

എന്നും അദ്ദേഹം മനസ്സിലാക്കിയിരിക്കുന്നു. സ്നേഹത്തിന്റെ അനന്താത്ഭുത രൂപത്തെപ്പറ്റി അദ്ദേഹം പറയുന്നത് കൂടി ശ്രദ്ധിക്കുക:

'അലയാഴിയേക്കാളുമാഴവു പരപ്പുമു-
ണ്ടകതാരിലെ സ്നേഹബിന്ദുവിന്നറിഞ്ഞാലും,
ഏതു വൈരത്തിൻ മേരുശ്ശൃംഗവുമതിൽത്താഴ,-
മേതു ശൂന്യാകാശവുമതിനാൽ നിറഞ്ഞീടും'.

സ്നേഹത്തിന്റെ ആർദ്രതയും മനോവാക്കർമ്മൈക്യത്തിന്റെ വിശുദ്ധിയുമാർന്ന സ്വന്തം ജീവിതോദ്യോനത്തിൽ നിത്യപ്രബുദ്ധനായ ഈ കവി വിരിയിച്ച കവനസുമങ്ങളിൽച്ചിലത് അറുത്തെടുത്ത് ഇങ്ങനെയൊരു മാല കൊരുത്ത സുഹൃത്തുക്കളുടെ സൗഹൃദപ്രേരിതമായ ബലാൽക്കാരത്തെ അദ്ദേഹം ക്ഷമിയ്ക്കുമെന്ന് എനിയ്ക്കുറപ്പുണ്ട്. അറുപതു വയസ്സു തികയുന്ന മംഗളമുഹൂർത്തത്തിൽ ഈ കവിയ്ക്കു സമർപ്പിയ്ക്കുവാൻ വൈരക്കല്ലിന്റെ നിത്യോജ്ജ്വലതയും മുല്ലപ്പൂക്കളുടെ സ്വച്ഛ സൗരഭ്യവുമുള്ള ഈ കവിതകളോളം ഉചിതമായ മറ്റൊരുപഹാരം അവർക്കു കാണാൻ കഴിഞ്ഞില്ല. അവരുടെ പ്രതിനിധിയായി ഈ കവനമാല്യം ഉന്നതനായ ഇക്കവിയുടെ കഴുത്തിലണിയിക്കുവാൻ ഭാഗ്യമുണ്ടായതിൽ ഞാൻ ആഹ്ലാദിക്കുന്നു. അദ്ദേഹത്തിന്റെ വാക്കുകൾ കൊണ്ടുതന്നെ അദ്ദേഹത്തെ ആരാധിക്കുന്നത്, ശങ്കരാചാര്യർ പറഞ്ഞപോലെ, ദീപജ്വാലകൾ കൊണ്ട് സൂര്യനെ നീരാജനം ചെയ്യുന്ന നമ്മുടെ പാരമ്പര്യത്തിന്ന് യോജിച്ചതു തന്നെ.

പുരുഷായുസ്സിന്റെ പൂർവ്വാർദ്ധം പിന്നിട്ട ഈ കവി അതിന്റെ ഉത്തരാർദ്ധത്തിലും ഇതുവരെ എന്ന പോലെതന്നെ, 'തന്റെ തൂവലും നാവും നാട്ടിന്റെ നന്മയ്ക്കായി-സ്സന്തതം ചലിപ്പിച്ചു പോരു'മെന്ന കാര്യത്തിൽ അദ്ദേഹത്തെ അറിയുന്ന ആർക്കും സംശയം ഉണ്ടാവില്ല. എങ്കിലും, 'നാളെയുടെ നവലോക സംവിധാനത്തിങ്കൽ നിന്റെ നാവ് പാവപ്പെട്ടവർക്കു ശക്തിയാവട്ടെ!' എന്ന് ഈ അവസരത്തിൽ നമുക്ക് ഒരിക്കൽ

കൂടി ആശംസിയ്ക്കുക.

'അവ്യാധിഗാത്ര മനുകൂലതരം കളത്രം
വേശ്മ പ്രശസ്ത വിഭവം,വിശദാ ച വിദ്യാ'

-അങ്ങനെ സാധാരണക്കാരെ സംബന്ധിച്ചിടത്തോളം ആശംസ നീയങ്ങളായ അനുഗ്രഹങ്ങൾ മിക്കതും ഒത്തിണങ്ങിയ അദ്ദേഹത്തിന്ന് വേറെയെന്താണ് നാം ആശംസിയ്ക്കുക?

മാതൃഭൂമി, കോഴിക്കോട്,

15 ഫെബ്രുവരി 1961

ഭാഗം മൂന്ന്
അനുസ്മരണങ്ങൾ

1
വി.വി.കെ
അച്ഛനെക്കുറിച്ചുള്ള മകളുടെ ഓർമ്മകൾ

മാധുരി. വി.വി.കെ.

കവി എന്ന് വിളിക്കുന്നതിൽ ഏറെ ആനന്ദിച്ചിരുന്ന, ജീവിതം തന്നെ കവിതയാക്കി മാറ്റിയ വി.വി.കെ എന്ന കവിയുടെ ഇളയ മകളായ എനിക്ക് പതിമൂന്ന് വയസ്സ് വരെയേ അദ്ദേഹത്തിന്റെ ഒരുമിച്ച് ജീവിക്കാനുള്ള സൗഭാഗ്യം ലഭിച്ചിട്ടുള്ളൂ. ധാരാളം ശിഷ്യസമ്പത്തുള്ള പ്രഗത്ഭനായ അദ്ധ്യാപകൻ; ശ്രോതാക്കളെ പിടിച്ചിരുത്താൻ കഴിവുള്ള വാഗ്മി; എല്ലാറ്റിനും ഉപരി ഈ പ്രപഞ്ചത്തിലെ സർവ്വചരാചരങ്ങളേയും സമഭാവനയോടെ കാണാൻ കഴിയുന്ന വലിയൊരു മനുഷ്യസ്നേഹിയായിരുന്നു അദ്ദേഹം.

അച്ഛന് ഞങ്ങൾ അഞ്ചു മക്കളാണ്. രാധ, ഭാരതി, ഇന്ദിര, മാധുരി, മഞ്ജുള. ഇതിൽ ആദ്യത്തെ മൂന്നുപേർ എന്റെ മൂത്തതാണ്. ഇളയവളായ മഞ്ജുള കുഞ്ഞായിരിക്കുമ്പോൾ തന്നെ മരിച്ചുപോയിരുന്നു. അനാരോഗ്യം നിമിത്തം കഷ്ടതകൾ അനുഭവിച്ചിരുന്ന ഒരു കുട്ടിക്കാലമായിരുന്നു എന്റേത്. ഇടക്കിടക്ക് പനിയും മറ്റ് അസ്വസ്ഥതകളും വർദ്ധിക്കും. അപ്പോഴെല്ലാം എന്നെയും തോളത്തിട്ട് നടക്കുന്ന അച്ഛന്റെ രൂപമാണ് എന്റെ ആദ്യത്തെ ഓർമ്മ. ചില സന്ധ്യാസമയങ്ങളിൽ മുറ്റത്തിട്ടിരിക്കുന്ന ചാരുകസേരയിലിരുന്ന് ഉള്ളൂരിന്റെ "പ്രേമസംഗീതം" എന്ന കവിത മധുരമായി പാടാറുണ്ടായിരുന്നു. അത് കേട്ട് ഞാൻ ഉമ്മറത്തിരിക്കും. ചിലപ്പോൾ എന്റെ മനസ്സിൽ അകാരണമായി ഒരു ഭയം നിറയും. ഈ ശബ്ദം കേൾക്കാത്ത ഒരവസ്ഥ വന്നാലോ എന്ന്. അതോടെ ഞാൻ എന്റെ ജീവിതവും അവസാനിപ്പിക്കും എന്ന് തീരുമാനിക്കും.

1950ൽ എനിക്കു രണ്ട് വയസ്സുള്ളപ്പോഴാണ് എരുവട്ടിയിൽ അച്ഛൻ ഒരു വീടും സ്ഥലവും വാങ്ങി കതിരൂരിൽ നിന്ന് ഞങ്ങൾ ഇങ്ങോട്ട് മാറുന്നത്. അത് ഒരു ഓലമേഞ്ഞ വീടായിരുന്നു. വീടിന്റെ മുന്നിലുള്ള വിശാലമായ പാടവും അരികിൽ കൂടിയൊഴുകുന്ന കൈത്തോടും അച്ഛനെ ആകർഷിച്ചിരിക്കണം. അതിനുമുമ്പ് തന്നെ ഇവിടെ കുറച്ചു കൃഷിസ്ഥലം വാങ്ങിയിരുന്നു. കൃഷിയിൽ ആനന്ദം കണ്ടെത്തുന്ന നല്ലൊരു കർഷകനായിരുന്നു അച്ഛൻ. വീടിന്റെ മുന്നിൽ ഒരു ഭാഗം പൂന്തോട്ടവും മറുഭാഗം പച്ചക്കറി തോട്ടവുമായിരുന്നു. പൂന്തോട്ടം നിറയെ റോസും മുല്ലയും കനകാംബരവും ചെമ്പരുത്തിയും പൂത്തു നില്ക്കുമായിരുന്നു. മുല്ലയും കനകാംബരവും കോർത്തു മാല കെട്ടി അമ്മ തലയിൽ ചൂടാറുണ്ടായിരുന്നു. പറമ്പ് നിറയെ മാവ്, സപ്പോട്ട, പേരക്ക തുടങ്ങി പലതരത്തിലുള്ള ഫലവൃക്ഷങ്ങൾ ഉണ്ടായിരുന്നു. ഇവയെല്ലാം അച്ഛൻ ആദ്യം താമസിച്ചിരുന്ന കതിരൂരിലും അതിന് മുമ്പ് താമസിച്ചിരുന്ന മാവിലായിലും നട്ടുപിടിപ്പിച്ചിരുന്നു. നാട്ടി നടുന്ന സമയത്ത് ഒരു തോർത്ത് തലയിൽ കെട്ടി പണിക്കാർക്ക് ഞാറിന്റെ ചെറിയ കെട്ടുകൾ ചളിയിലൂടെ നടന്ന് നടാൻ ഇട്ട് കൊടുക്കുന്ന അച്ഛന്റെ ചിത്രം ഞാൻ ഇന്നും ഓർക്കുന്നു. തന്റെ കൃഷി മറ്റുള്ളവർക്ക് കാണിച്ചുകൊടുക്കാനും അവയിൽ വിളയുന്നത് മറ്റുള്ളവരുമായി പങ്ക് വെക്കാനും അച്ഛന് വളരെ ഉത്സാഹമായിരുന്നു. ജപ്പാൻ രീതിയിലുള്ള കൃഷി വയലിൽ പരീക്ഷിച്ചതായി ഓർയുണ്ട്.

എന്നും രാവിലെ പശുവിനെ കറന്നതിന് ശേഷം വയൽ വരമ്പത്തു കൂടെ നടന്നു നോക്കും. പിന്നീട് വന്ന് പ്രഭാത കൃത്യങ്ങൾക്കു ശേഷമാണ് സ്ക്കൂളിലേക്ക് പോവുക. അങ്ങനെയുള്ള ദിവസങ്ങളിൽ രാവിലെ ഊണ് കഴിഞ്ഞിട്ടാണ് പോവുക. അച്ഛൻ സസ്യാഹാരം മാത്രമേ കഴിക്കുകയുള്ളൂ. അമ്മയും അങ്ങനെ തന്നെയാണ്.

ജാതി മത ഭേദമില്ലാതെ വലുപ്പ ചെറുപ്പ വ്യത്യാസമില്ലാതെ ആർക്കും എപ്പോഴും വന്നു കയറാവുന്ന ഒരിടമായിരുന്നു ഞങ്ങളുടെ വീട്. പ്രമുഖഗാന്ധിയനും സ്വാതന്ത്ര്യസമരസേനാനിയുമായ എ.കെ. ശങ്കരൻ നമ്പ്യാരുടേയും ലക്ഷ്മി അമ്മയുടേയും മൂത്തമകളായിരുന്നു എന്റെ അമ്മ രോഹിണി. ചെറുപ്പം മുതലേ വീട്ടിൽ മിശ്രഭോജനവും മറ്റും കണ്ട് വളർന്നതുകൊണ്ട് അമ്മക്കു ഈ രീതികളുമായി പൊരുത്തപെടാൻ ഒരു പ്രയാസവുമുണ്ടായിരുന്നില്ല. മറ്റുള്ളവർ തൊടാപ്പാടകലെ നിറുത്തിയവർക്ക് വീട്ടിലെ കിണറ്റിൽ നിന്ന് വെള്ളം കോരാനുള്ള അനുവാദം അച്ഛൻ നല്കിയിരുന്നു. ശാന്തവും സന്തുഷ്ടവുമായ ഒരു കുടുംബാന്തരീക്ഷമുണ്ടായിരുന്നു. അച്ഛൻ ആരോടും ഒരിക്കലും കയർത്തു സംസാരിക്കുന്നത് ഞാൻ കണ്ടിട്ടേയില്ല. വീട്ടുകാര്യങ്ങളെല്ലാം അമ്മയാണ് നോക്കിയിരുന്നത്.

അമ്മയ്ക്ക് സഹായത്തിന് ജോലിക്കാരുണ്ടായിരുന്നു. അതിഥി സൽക്കാര പ്രിയനായ അച്ഛന്റെ പിൻബലം അമ്മയായിരുന്നു. അച്ഛനെ കാണാൻ ധാരാളം ആളുകൾ വരാറുണ്ടായിരുന്നു. അച്ഛന്റേയും അമ്മയുടേയും ബന്ധുക്കൾ വന്നാൽ പിന്നെ ഒരു ഉത്സവം തന്നെ ആയിരിക്കും. അവിചാരിതമായി ഒരു ദിവസം ജി. ശങ്കരക്കുറുപ്പ് അച്ഛനെ കാണാനെത്തിയപ്പോൾ അച്ഛൻ വീട്ടിന്റെ താഴെയുള്ള തോട്ടിൽ പശുവിനെ കുളിപ്പിക്കുകയായിരുന്നു. അദ്ദേഹത്തെ കണ്ട് അത്ഭുതപ്പെട്ടു. ഒരു ചെറുപുഞ്ചിരിയോടെ കയറി വന്ന് സ്നേഹത്തോടെയും ബഹുമാനത്തോടെയും വീട്ടിലേക്കു കൂട്ടികൊണ്ടുവന്നതും ഓർമ്മയിലുണ്ട്.

അച്ഛന് ധാരാളം ശിഷ്യന്മാരുണ്ടായിരുന്നു. അവരെല്ലാം കവികളും സാഹിത്യകാരന്മാരുമായിത്തീരണമെന്നായിരുന്നു അദ്ദേഹത്തിന്റെ ആഗ്രഹം. സ്കൂൾ വിട്ടു കഴിഞ്ഞാൽ വീട് പിന്നെ സാഹിത്യസദസ്സായി തീരും. തായാട്ട് ശങ്കരനും, കെ. പാനൂരും, കെ.തായാട്ടും, കെ. പൊന്ന്യവും, കെ.പി.ബി.പാട്യവും അതിൽ ചിലരാണ്. ഒരിക്കൽ അച്ഛന് കതിരൂരിൽ നിന്ന് പയ്യന്നൂരിലേക്ക് സ്ഥലമാറ്റം കിട്ടിയപ്പോൾ കുട്ടികൾ കരഞ്ഞുകൊണ്ട് മമ്പറം വരെ പിന്നാലെ പോയ കഥ അമ്മ പറഞ്ഞു കേട്ടിട്ടുണ്ട്. മധുരമായി കവിത ചൊല്ലാറുള്ള അച്ഛന്റെ ക്ലാസുകൾ കുട്ടികൾക്ക് ഏറെ പ്രിയപ്പെട്ടതായിരുന്നു.

അച്ഛൻ നല്ലൊരു ബാറ്റ് മിന്റൺ കളിക്കാരനായിരുന്നു. ധാരാളം മെഡലുകൾ ലഭിച്ചിട്ടുണ്ട്. മാവിലായിലെ വീട്ടിൽ ഒന്നു രണ്ട് കോർട്ടുകൾ ഉണ്ടായിരുന്നതായി ഇളയച്ഛൻ പറഞ്ഞു കേട്ടിട്ടുണ്ട്. ചതുരംഗം കളിക്കാറുണ്ടായിരുന്നു. വീട്ടിൽ രാത്രി ചതുരംഗം കളിക്കാനറിയുന്ന സുഹൃത്തുക്കൾ വന്നാൽ എഴുത്തു പലകയുടെ മറുവശം ചോക്ക് കൊണ്ട് കളങ്ങൾ വരച്ച് വാഴക്കൈ മുറിച്ച് ആനയും കുതിരയും കാലാളും മുറിച്ച് കളി തുടങ്ങും. അത് രാത്രി വൈകുന്നത് വരെ തുടരും.

അച്ഛനെ കുറിച്ച് അമ്മ പറഞ്ഞു കേട്ട ഒരു കഥ ഞാനിവിടെ ഓർക്കുന്നു. അച്ഛന് പത്ത് വയസ്സുള്ളപ്പോഴാണ് അച്ഛന്റെ അച്ഛൻ അന്ന് മാങ്ങാട്ടിടം അധികാരിയായിരുന്ന പി.സി. നാരായണൻ നമ്പ്യാർ മരിക്കുന്നത്. അന്നത്തെ ആചാരമനുസരിച്ച് അന്ത്യ കർമ്മങ്ങൾ നടത്തണമെങ്കിൽ മരിച്ചയാളുടെ ഭാര്യ തലയിൽ മുണ്ടിട്ട് മൂടി വടക്കു വശത്ത് കൂടെ ഇറങ്ങി സ്വന്തം വീട്ടിലേക്കു പോകണം. അച്ഛന്റെ അമ്മ മാവിലായി വലിയ വീട്ടിൽ കല്ല്യാണി അമ്മയാണ്. എന്ത് ചെയ്തിട്ടും അച്ഛൻ വീട് വിട്ടിറങ്ങാൻ തയ്യാറായില്ല. ഒടുവിൽ അച്ഛനെ പ്രലോഭിപ്പിക്കാൻ വേണ്ടി നെറ്റിയിൽ വെളുത്ത ചുട്ടിയുള്ള പശുക്കിടാവിനെ കൂടെ കൂട്ടിക്കോളൂ എന്നു പറഞ്ഞപ്പോൾ അതിനെയും തെളിച്ചുകൊണ്ട് മാവിലായിലേക്കുള്ള

വീട്ടിലേക്കു പോയി. അന്ന് അച്ഛന്റെ അനുജന് ഒരു വയസ്സ് മാത്രമേ ഉണ്ടായിരുന്നുള്ളൂ. ആ രംഗം മനസ്സിൽ തെളിയുമ്പോൾ വല്ലാത്ത സങ്കടം തോന്നാറുണ്ട്.

അച്ഛന്റെ കൂടെ വളരെ കുറച്ച് യാത്രകളേ ചെയ്തിട്ടുള്ളൂ. തലശ്ശേരി ജഗന്നാഥ ക്ഷേത്രത്തിൽ ഉത്സവം കാണാൻ പോയതാണ് ആദ്യം മനസ്സിൽ വരുന്നത്. ഞങ്ങൾ അവിടെ എത്തിയതും കോരിച്ചൊരിയുന്ന മഴ പെയ്യാൻ തുടങ്ങി. പിന്നെ ഒന്നും കാണാൻ കഴിഞ്ഞില്ല. വില്പനയ്ക്ക് വെച്ചിരുന്ന വളകളും കളിപ്പാട്ടങ്ങളുമെല്ലാം മഴ കൊള്ളാതിരിക്കാൻ മൂടി വെച്ചിരിക്കുന്നത് കണ്ട് സങ്കടപ്പെട്ട് മടങ്ങിപ്പോന്നു. നീലക്കുയിൽ എന്ന സിനിമ അച്ഛനോടൊപ്പം തിയറ്ററിൽ പോയി കണ്ടതും ഓർമ്മയുണ്ട്. വിവാഹ ശേഷം ബാങ്കളൂരിൽ ഉണ്ടായിരുന്ന ചേച്ചിയേയും ചേട്ടനേയും കാണാൻ പോയതും ഒരനുഭവമായിരുന്നു. അങ്ങോട്ട് ട്രയിനിലാണ് പോയത്. മടങ്ങി വരുമ്പോൾ മൈസൂരിലെ വൃന്ദാവൻ ഗാർഡൻ കണ്ടതിനു ശേഷം ബസ്സിലാണ് മടങ്ങിയത്. മൈസൂരിൽ താമസിച്ച ഹോട്ടലിലെ ജീവനക്കാർ അച്ഛന്റെ ഖദർവേഷവും രൂപവും കണ്ട് ഇവിടെയുള്ള ഏതോ രാഷ്ട്രീയക്കാരനാണോ എന്ന് ചോദിച്ചിരുന്നു അച്ചാച്ഛന്റേയും അച്ചമ്മയുടേയും ശ്രാർദ്ധത്തിന്ന് മാവിലായിലെ വീട്ടിലേക്കു രാവിലെ അഞ്ചുമണിക്ക് ചൂട്ടയും കെട്ടിപുറപ്പെടുന്നതും ഓർമ്മയുണ്ട്. കാൽനടയായാണ് പോവുക. ഞങ്ങളുടെ കൂടെ അരിയും പച്ചക്കറികളുമെടുത്ത് ഒരു സഹായിയും ഉണ്ടാകും. അമ്മയുടേയും വീട്ടിൽ കല്യാണങ്ങൾ ഉണ്ടാകുമ്പോൾ ആഴ്ചകളോളം അവിടെ താമസിച്ച് അച്ഛൻ എല്ലാ കാര്യവും നിയന്ത്രിക്കാറുണ്ടായിരുന്നു. അച്ഛൻ പ്രസംഗത്തിന് പോകുമ്പോൾ ഒന്നു രണ്ടു പ്രാവശ്യം മാത്രമേ എന്നെ കൂടെ കൊണ്ടു പോയിട്ടുള്ളൂ. അവിടെ എത്തിയാൽ അച്ഛന് എന്തെങ്കിലും തെറ്റ് പറ്റുമോ എന്ന പരിഭ്രമമായിരിക്കും. ഒടുവിൽ അച്ഛന്റെ വാഗ്ധോരണിയിൽ മതി മറന്ന് ജനം കയ്യടിക്കുമ്പോഴാണ് എനിക്കു സമാധാനമാവുക.

1961ൽ കൂത്തുപറമ്പ് ഹൈസ്കൂളിൽ വെച്ചുനടന്ന ഷഷ്ടിപൂർത്തി ആഘോഷവും കതിരൂർ സ്കൂളിൽ വെച്ച നടന്ന കലോത്സവും മനസ്സിലെ നിറമേറിയ രണ്ട് ഓർമ്മചിത്രങ്ങളാണ്. കൂത്തുപറമ്പ് സ്കൂളിൽ ഹെഡ്മാസ്റ്ററായിരുന്ന അപ്പുക്കുട്ടി അടിയോടിയുടെ നിർദ്ദേശപ്രകാരമാണ് അച്ഛൻ കതിരൂരിൽ നിന്നും രാജിവെച്ച് കൂത്തുപറമ്പ് ഹൈസ്കൂളിൽ ജോലിക്കു ചേരുന്നത്. അന്ന് അറുപത് വയസ്സുവരെ ജോലിചെയ്യാനുള്ള അനുവാദം ഉണ്ടായിരുന്നു. 1961 ഫെബ്രവരിയിൽ അടിയോടി ഹെഡ്മാസ്റ്ററുടെയും കെ. തായാട്ടിന്റേയും കുറ്റിയൻ കൃഷ്ണന്റേയും നേതൃത്വത്തിലാണ് ഷഷ്ടി പൂർത്തി ആഘോഷം സംഘടിപ്പിച്ചത്.

അന്ന് അച്ഛന്റെ ഛായാപടം അനാച്ഛാദനം ചെയ്തത് ജി. ശങ്കരക്കുറുപ്പാ യിരുന്നു. സുകുമാർ അഴീക്കോട്, തായാട്ട് ശങ്കരൻ, പി. കുഞ്ഞിരാമൻ നായർ തുടങ്ങിയവർ പങ്കെടുത്തു. അച്ഛനോട് അന്നുള്ളവർക്കുണ്ടായി രുന്ന സ്നേഹത്തിന്റേയും ആദരവിന്റേയും നേർ സാക്ഷ്യമായിരുന്നു ആ ചടങ്ങ്.

കതിരൂർ ഹൈസ്കൂളിൽ ഹെഡ്മാസ്റ്റർ കുഞ്ഞികൃഷ്ണൻ അടിയോടി അച്ഛന്റെ വലിയ സുഹൃത്തായിരുന്നു. അദ്ദേഹത്തിന്റെ ആഗ്രഹപ്രകാര മാണ് എം.ടി വാസുദേവൻ നായർ, കടത്തനാട് മാധവി അമ്മ തുടങ്ങി യവർ പങ്കെടുത്ത കലോത്സവം കതിരൂരിൽ സംഘടിപ്പിക്കപ്പെട്ടത്. ആ പരിപാടികളിൽ കതിരൂരിലെ സാഹിത്യ താല്പര്യമുള്ള വൻജനാവലി തന്നെ പങ്കെടുത്തിരുന്നു. അതിഥികളായി വന്ന സാഹിത്യകാരന്മാർക്ക് ഞങ്ങളുടെ വീട്ടിലായിരുന്നു ഉച്ച ഭക്ഷണം. അവർ തിരിച്ചു പോകുമ്പോൾ അവരോടൊപ്പം കാറിൽ കതിരൂർ സ്കൂൾവരെ പോയത് മറക്കാനാ വാത്ത അനുഭവമാണ്.

1962 ൽ രണ്ടുമാസം അച്ഛൻ ദേവഗിരി കോളേജിൽ അദ്ധ്യാപക നായി ജോലി നോക്കിയിട്ടുണ്ട്. സുകുമാർ അഴീക്കോട് തെരഞ്ഞെടുപ്പിന് മത്സരിക്കുന്നതിനാൽ ആ ഒഴിവിവാണ് അച്ഛൻ അവിടെ ജോലി ചെയ്തത്. വിഷ്ണു നാരായണൻ നമ്പൂതിരി അന്ന് അവിടെ അച്ഛന്റെ ശിഷ്യ നായിരുന്നു. അവിടെ കുടുംബസമേതം താമസിച്ചിരുന്ന അമ്മാവന്റെ കൂടെയാണ് അച്ഛൻ താമസച്ചിരുന്നത്. വെള്ളിയാഴ്ചകളിൽ വീട്ടിൽ വരുമ്പോൾ കോഴിക്കോടൻ മധുരം കടലാസിൽ പൊതിഞ്ഞു കൊണ്ടു വരുമായിരുന്നു. ആ സമയത്ത് ചേച്ചി പ്രസവത്തിനായി വീട്ടിൽ വന്നിട്ടുണ്ടായിരുന്നു.

ഒഴിവു ദിവസങ്ങൾ ഉച്ചയൂണിന് ശേഷം ഞങ്ങൾ കാർഡ് കളിക്കാ റുണ്ടായിരുന്നു. 1962 മാർച്ച് പതിനാറ് അങ്ങനെയുള്ള ഒരു ദിവസമാ യിരുന്നു. ഞങ്ങൾ കളിക്കുന്നതിനിടെ ജോലിക്കാരി വന്നു പശുക്കുട്ടി കയർ പൊട്ടിച്ചു ഓടിയ കാര്യം പറഞ്ഞു. ഉടൻ തന്നെ അച്ഛൻ അതിനെ പിടിച്ചുകെട്ടി പശുവിനെ കറക്കാനായി പാത്രവും എടുത്തു ചെന്നതാണ് പെട്ടെന്ന് ഒരു നെഞ്ചുവേദന വന്ന് വീട്ടിന്റെ ഉമ്മറത്ത് വന്നു കിടന്നു. അമ്മ പെട്ടെന്നു കണ്ണട എടുത്ത് മാറ്റിവച്ചു. പിന്നീട് അച്ഛൻ ഉണർ ന്നതേയില്ല. എന്തുചെയ്യണമെന്നറിയാതെ ഞാൻ വീട്ടിന് ചുറ്റും മൂന്ന് നാല് പ്രാവശ്യം ഓടി. ഒടുവിൽ അടുക്കളയുടെ അടുപ്പിനടുത്ത് കാൽ ചുരുണ്ടു കൂടിക്കിടന്നു. പിന്നീട് ആരോ എന്നെ അച്ഛന്റെ അടുത്തേക്ക് കൊണ്ട് പോയി. അപ്പോഴേക്കും എല്ലാം കഴിഞ്ഞിരുന്നു. കൂടെ പോകാൻ എനിക്കു കഴിഞ്ഞില്ല. ധാരാളം ആളുകൾ ഞങ്ങളെ സമാശ്വസിപ്പിക്കാൻ

എത്തിയിരുന്നു. നട്ടുച്ചക്ക് ഉദിച്ചു നിന്ന സൂര്യൻ പെട്ടെന്ന് അസ്തമിച്ചതു പോലെ ഒരിരുട്ട് ഞങ്ങളെയാകെ പൊതിഞ്ഞു. അതോടെ ജീവിതത്തിലെ എല്ലാ സന്തോഷങ്ങളും അസ്തമിച്ചു.

സ്നേഹനിധിയായ ആ അച്ഛന്റെ മകളായി ജനിക്കാനും ആ മേൽവിലാസത്തിൽ അറിയപ്പെടാനും കഴിഞ്ഞത് എന്റെ ജീവിതത്തിലെ ഏറ്റവും വലിയ സുകൃതമായി ഞാൻ കരുതുന്നു.

2
വി.വി.കെ.: ഗുരുവും കവിയും
തായാട്ട് ശങ്കരൻ

വി.വി.കെ മരിച്ചുവെന്ന് എന്തായിട്ടും വിശ്വസിക്കാൻ തോന്നുന്നില്ല. അദ്ദേഹവുമായി ഇടപഴകിയ ആർക്കും അങ്ങനെയൊരു സംഭവ്യതയെക്കുറിച്ച് ഓർക്കാൻ തന്നെ ഇടകിട്ടിയിരിയ്ക്കയില്ല. മരണത്തെ തോൽപ്പിച്ച ഒരു മാർക്കാണ്ഡേയനെന്നേ അദ്ദേഹത്തെക്കുറിച്ച് തോന്നുകയുള്ളൂ. അന്ന് ആ വീട്ടിൽ കയറിച്ചെന്നപ്പോൾ - ഹാ, ചിരപരിചിതമായ ആ പുഞ്ചിരി അവിടെയൊന്നും കണ്ടില്ല. നൃത്തമാടുന്ന ആഹ്ലാദത്തിന്റെ കാൽച്ചിലങ്കകൾ പോലെ, ഉതിർന്നു കൊഴിയുന്ന പൊട്ടിച്ചിരിയോട് കൂടി മാത്രമേ ആ ഗൃഹാങ്കണം എന്നും കണ്ടിട്ടുള്ളൂ. ആ വീട്ടിൽ ഇപ്പോഴിതാ, ആദ്യമായി, വിതുമ്പുന്ന തേങ്ങലുകൾ- മുറ്റത്തെ പൂച്ചെടിയിൽ നിന്ന് പോലും അടക്കിപ്പിടിച്ച ആ തേങ്ങലുകൾ - ഉയരുന്നുണ്ടോ? കയറിച്ചെന്ന ഉടനെ 'മാഷെവിടെ?' എന്ന് ചോദിക്കാൻ തോന്നിപ്പോയി. പക്ഷെ ശബ്ദം പുറത്തു വന്നില്ല. തെക്കുഭാഗത്തെ ആ ചിതാഗ്നി കെട്ടാറിയിട്ടില്ല. അതാ അവിടെയാണ്, എന്റെ മാഷ്... എരിയുന്ന കനൽ ക്കുമ്പാരത്തിന്റെ വെൺ ചാമ്പലിൽ അദ്ദേഹം ഒളിച്ചിരിക്കുകയാണ്. എത്ര വിളിച്ചാലും ഇനി മിണ്ടില്ല. കവിത ചൊല്ലിത്തരാൻ വരില്ല.നർമ്മസല്ലാപത്തിൽ കൂട്ടുചേരില്ല. എല്ലാമെല്ലാം ആ ഒരുപിടി ചാമ്പലിൽ അലിഞ്ഞു പോയി. ആ ചിതാഗ്നിയുടെ മുമ്പിൽ ഒരു നിമിഷം കൂടി നിൽക്കട്ടെ, അന്ത്യമായ ഒരഞ്ജലി സമർപ്പിക്കട്ടെ, അല്ലെങ്കിൽ വേണ്ടാ, നെടുവീർപ്പുകൾ കൊണ്ട് ആ അന്തരീക്ഷം മലീമസമായാലോ!

സ്വന്തം ജീവിതത്തിനു പരന്നൊഴുകാൻ പാകത്തിൽ ചാലുവെട്ടിത്തന്ന ചിലരെക്കുറിച്ച് ആർക്കുമുണ്ടാകും ചിലതൊക്കെ സ്മരിക്കാൻ.

എനിക്കാണെങ്കിൽ അത്തരം സ്മരണ വി.വി.കെയിൽ നിന്ന് ആരംഭിക്കു ന്നു. കേവലമായ ചില സ്മരണകളിൽക്കവിഞ്ഞ പലതുമാണ് എനിക്ക് അദ്ദേഹം. സുഹൃത്തും ജ്യേഷ്ഠനും അദ്ധ്യാപകനും സഹപ്രവർത്തകനുമാ യിരുന്നു. എന്റെ ജീവിതം ഇന്നത്തെ നിലയിൽ വാർന്നു വീണതിൽ അദ്ദേ ഹത്തിന്റെ കൈവിരലുകളുടെ ശിൽപ്പചാതുരി ഒട്ടേറെയുണ്ട്. അതൊരു ബോധപൂർവ്വമായ പ്രക്രിയയാണെന്ന് ഞങ്ങൾ രണ്ടു പേരും അവകാശ പ്പെട്ടിട്ടും അംഗീകരിച്ചിട്ടുമില്ല. എന്നാലും അതങ്ങനെയാണെന്ന വസ്തുത അദ്ദേഹം നിഷേധിച്ചാലും ബാക്കി നിൽക്കുന്നു. ജീവിതത്തെ കൊണ്ടു നടക്കാനുള്ള ചുമതല ബാല്യത്തിന്റെ കൈയിൽ നിന്ന് യൗവനം ഏറ്റു വാങ്ങുന്ന നിർണായകമായ വയ: സന്ധിയിൽ ഞാനും അദ്ദേഹത്തിന്റെ ശിഷ്യപരമ്പരയിൽ ചെന്നെത്തി. വികാരങ്ങൾക്ക് സാഹസികതയുടെ ചടുലതീവ്രതയും കാര്യം കാരണബോധത്തിന് അപക്വതയുടെ ദ്രവീ കൃതത്വവും ഉള്ള ആ പ്രായത്തിൽ ഞാൻ അദ്ദേഹത്തിന്റെ കൈയിൽ ചെന്നു പെട്ടു. അതൊരു വലിയ നേട്ടമായി എനിയ്ക്ക്; ആ നേട്ടത്തെ എന്റെ ഭാഗ്യമെന്ന് തന്നെ പറയട്ടെ, എന്റെ ജീവിതത്തിന് ഒഴുകിപ്പോ കാൻ സാഹിത്യത്തിന്റെ തെളിനീർച്ചാലുകൾ അദ്ദേഹം വെട്ടിത്തന്നു. എന്നാൽ അതൊഴുകിയതാവട്ടെ, അക്കാലത്തെ ആപൽക്കരമായ രാഷ്ട്രീയത്തിന്റെ കൈത്തോട്ടിലൂടേയും. എന്നാലും അദ്ദേഹം ഒരുക്കി ത്തന്ന സാഹിത്യ കലയും പ്രസംഗ കലയും രാഷ്ട്രീയമണ്ഡലത്തിലെ വിലപ്പെട്ട ആയുധമായി എനിക്കെന്നും ഉപകരിച്ചിട്ടുണ്ട്.

മലബാർ ഡിസ്ട്രിക്ട് ബോർഡിന്റെ കീഴിൽ, ഉത്തരകേരളത്തിലെ കോട്ടയം താലൂക്കിലുള്ള കതിരൂർ ഹൈസ്കൂളിൽ മലയാളം അദ്ധ്യാ പകനായി ശ്രീ വിവികെ ജോലി നോക്കിയിരുന്ന കാലത്താണ് ഞാനവിടെ വിദ്യാർത്ഥിയായി ചെന്നെത്തിയത്. അദ്ദേഹം ചെന്നെ ത്തോടത്തെല്ലാം വിദ്യാർത്ഥി സമൂഹത്തിന്റെ ആരാധനാമൂർത്തിയായി രുന്നു; പൊതുജനങ്ങളുടെ ബഹുമാനകേന്ദ്രവുമായിരുന്നു. അക്കാലത്ത് തലശ്ശേരി ബ്രണ്ണൻ കോളേജിൽ ഇന്റർ മീഡിയറ്റ് ക്ലാസ്സിൽ പഠിക്കാൻ ചേരുന്ന കുട്ടികളിൽ കതിരൂർ ഹൈസ്കൂളിൽ നിന്നു വരുന്നവരെ വേഗം മനസ്സിലാക്കാമായിരുന്നു. മലയാള ഭാഷയിലുള്ള എല്ലാ പ്രസംഗ-പ്രബ ന്ധ മത്സരങ്ങളിലും അവർ സമ്മാനത്തിൽ കുത്തക പുലർത്തിയിരുന്നു. ഞാൻ കോളേജിൽ ചേർന്ന വർഷം-1943-കതിരൂർ ഹൈസ്കൂളിന്റെ ഈ ആധിപത്യം നിലനിർത്തിപ്പോന്നതു ഞാനായിരുന്നു. പലതിന്റെ പേരിലുമായി ഭാഷാ സംബന്ധിയായ മത്സരങ്ങളിൽ അഞ്ചാറു സമ്മാ നങ്ങൾ എനിക്കു ലഭിച്ചു. ആ വാർഷികത്തിൽ സംബന്ധിച്ചിരുന്ന ശ്രീ വി.വി.കെ.യുടെ കൈയിൽ, സമ്മാനമായിക്കിട്ടിയ പുസ്തകക്കെട്ടുകൾ

ഞാൻ സമർപ്പിച്ചു. അദ്ദേഹം എന്നെ അനുമോദിച്ചത് ഒരു സംസ്കൃത ശ്ലോകം ചൊല്ലിക്കൊണ്ടാണ്. മറ്റുള്ളവരെ എല്ലാം പരാജയപ്പെടുത്തു ന്നതിന്ന് ഏതൊരാളും എപ്പോഴും അഭിലഷിക്കുമെങ്കിലും പുത്രനാലും ശിഷ്യനാലും തോൽപ്പിക്കപ്പെട്ടു കാണുന്നതിനാണ് അയാൾ അഭില ഷിക്കുക എന്നതായിരുന്നു ആ ശ്ലോകത്തിന്റെ സാരം.

പുത്രസ്നേഹസമാനമായ ഈ ശിഷ്യസ്നേഹം ഞങ്ങളെ എന്നും അദ്ദേഹത്തിന്നു കടപ്പെട്ടവരാക്കിത്തീർത്തു.

1942 ആഗസ്റ്റ് സമരകാലത്ത് ഞാൻ കതിരൂർ ഹൈസ്കൂളിൽ പത്താം ക്ലാസിൽ പഠിക്കുന്ന ഒരു വിദ്യാർത്ഥിയായിരുന്നു. ആഗസ്റ്റ് കൊടുങ്കാറ്റിൽ ഇന്ത്യയിലെങ്ങുമുള്ള വിദ്യാർത്ഥികൾ കരിയില എന്നോണം ചിന്നിപ്പറക്കുന്ന കാലമായിരുന്നു അത്. ഞങ്ങളും ആ ചുഴലിയിൽപ്പെടാതിരുന്നില്ല. എനിക്കാണെങ്കിൽ അൽപ്പസ്വൽപ്പം പ്രസംഗവും എഴുത്തും വശമുള്ളതുകൊണ്ട് ആ സമരത്തിൽ വിദ്യാർത്ഥി പ്രസ്ഥാനത്തിന്റെ മുൻപന്തിയിൽത്തന്നെ ഞാൻ ചെന്നു വീണു.

അക്കാലത്ത് മിക്ക ദിവസവും ഉൾനാട്ടുകളിൽ മീറ്റിംഗ് ഉണ്ടാകും. അതു കഴിഞ്ഞ് വീട്ടിൽ തിരിച്ചെത്തുകയെന്നത് പല ദിവസവും ശ്രമ സാദ്ധ്യമോ അസാദ്ധ്യമോ ആയിരുന്നു. വീടും സ്കൂളും തമ്മിൽ നാലിൽ പ്പരം നാഴികയുടെ അകലമുണ്ട്. തിരിച്ചു ചെല്ലാഞ്ഞാൽ സ്വാഭാവികമായി വീട്ടിൽ കുഴപ്പവും ഉണ്ടാകും. രാവിലെ സ്കൂളിലേക്കുപോയ മകൻ രാത്രിയായിട്ടും തിരിച്ചെത്തുന്നില്ലെങ്കിൽ ഏതു മാതാപിതാക്കന്മാർ ക്കും ആശങ്ക ഇല്ലാതിരിക്കില്ലല്ലോ. അക്കാലത്താണെങ്കിൽ അറസ്റ്റും ലാത്തിത്തല്ലും വെടിവെപ്പും കൊണ്ട് അന്തരീക്ഷം ഭീതി നിറഞ്ഞതായി രുന്നു. എന്റെ ചെയ്തികളെ ചൊല്ലി പോലീസുകാർ പല തവണ വീട്ടിൽ കയറിയിറങ്ങുകയും ഉപദേശവും ഭീഷണിയും താക്കീതും നൽകുകയും ചെയ്തിട്ടുണ്ട്. എനിക്ക് അന്നും വി.വി.കെയുടെ വീടായിരുന്നു അഭയ സ്ഥാനം. വീട്ടിൽ തിരിച്ചെത്താത്ത ദിവസം വിവികെയുടെ വീട്ടിലായി രുന്നുവെന്ന് പറഞ്ഞാൽ അച്ഛനമ്മമാരെ തൃപ്തിപ്പെടുത്താൻ അതു മതി. പിന്നെപ്പിന്നെ, തിരിച്ചെത്തിയില്ലെങ്കിൽ ഞാനവിടെ ഉണ്ടാവുമെന്ന് അവർ ധരിച്ചു വെക്കുകയും സ്വയം സമാധാനിക്കുകയും ചെയ്തുപോന്നു. ആ വീട് എനിക്കെന്നപോലെ ഒട്ടേറെ വിദ്യാർത്ഥികൾക്ക് അഭയ കേന്ദ്രമായിത്തീർന്നിട്ടുണ്ട്. സാധാരണ കാലങ്ങളിൽ ഈ അഭയം നൽകൽ ഒരു ഹൃദയവിശാലതയുടെ കാര്യമാണ്. എന്നാൽ ആഗസ്റ്റ് വിപ്ലവ കാലത്താവട്ടെ സ്വന്തം ഔദ്യോഗിക ജീവിതത്തെ കൊണ്ടുള്ള ഒരു ചൂതാട്ടം കൂടിയായിരുന്നു അത്. സാധാരണചൂതാട്ടത്തിൽ വ്യക്തി ഗതമായ നേട്ടത്തെക്കുറിച്ചുള്ള പ്രതീക്ഷയുണ്ട്. എന്നാൽ ഇതിലാവട്ടെ

നഷ്ടഭീതിയല്ലാതെ ലാഭപ്രതീക്ഷ തരിമ്പുമില്ല. ആഗസ്റ്റ് വിപ്ലവ കാലത്ത് ഞങ്ങൾ വിദ്യാലയത്തിൽ പോയത് പഠിക്കാനല്ല, പഠിപ്പ് മുടക്കാനായിരുന്നു. ഞങ്ങളുടെ വിദ്യാലയത്തിൽമാത്രമല്ല അയൽപക്ക വിദ്യാലയങ്ങളിലും ഈ സമരസന്ദേശം എത്തിക്കേണ്ടത് ഞങ്ങളുടെ ചുമതലയായിരുന്നു. ഞങ്ങൾ പോലീസിന്റെ നോട്ടപ്പുള്ളികളാണെന്ന് വി.വി.കെയ്ക്ക് നന്നായറിയാം. പക്ഷെ ആ വീടിന്റെ കവാടങ്ങൾക്കു മുമ്പിൽ സാക്ഷ ഉണ്ടായിരുന്നില്ല.

ഹൈസ്കൂൾ 'മലയാളം പണ്ഡിതർ'മാരുടെ നേരെ പുച്ഛം കലർന്ന അനാദരവുമാത്രമായിരുന്നു അക്കാലത്ത് വിദ്യാർത്ഥികൾക്കും ഡിപ്പാർട്ട്മെന്റിനും തോന്നിയിരുന്നത്. എന്നാൽ വി.വി. കുഞ്ഞിക്കണ്ണൻ നമ്പ്യാർ ജോലി ചെയ്ത കാലത്ത് ആ ഹൈസ്കൂളിലൂടെ കടന്നു പോയ വിദ്യാർത്ഥികൾ എക്കാലത്തും ഓർക്കുക മറ്റദ്ധ്യാപകന്മാരേക്കാൾ ആ മലയാളം പണ്ഡിതരെയായിരിക്കും. ആദർശ ദീപ്തമായ സ്വപ്നാടനത്തിനുള്ള തൃഷ്ണകൾകൊണ്ട് കണ്ണുകൾ വർണ്ണപ്പൊലിമ നേടുന്ന പ്രായമാണ് യൗവനാരംഭം. യുവാക്കളുടെ ആ ലോകത്തിൽ അതിവിദഗ്ധമായി പെരുമാറുന്നതിനും കലാവിചക്ഷണവും ആദർശനിഷ്ഠവുമായ കൈവിരൽപ്പാടുകൾ ആ ലോകത്തിൽ ശാശ്വതമായി പതിപ്പിയ്ക്കുന്നതിന്നും അദ്ദേഹം അസാധാരണമായ കാര്യപ്രാപ്തി പ്രദർശിപ്പിച്ചിരുന്നു. യുവാക്കൾക്ക് ഉത്തേജിതമായിത്തീർന്ന എല്ലാറ്റിലും അദ്ദേഹം വിദഗ്ദ്ധനായിരുന്നു. നല്ലൊരു ഗായകനും മികച്ച നടനും സംവിധായകനുമായിരുന്നു അദ്ദേഹം. ഏതു സദസ്സിനേയും ലയം കൊള്ളിയ്ക്കുന്ന വാഗ്മിത്വമുണ്ട്. എത്രനേരം സംസാരിച്ചാലും പുതുമ തോന്നിക്കുന്ന സംഭാഷണചാതുര്യവും അദ്ദേഹത്തിന്റെ സഹജസിദ്ധിയായിരുന്നു. ഇതൊന്നും പോരാത്തതിന് ഒരു എണ്ണം പറഞ്ഞ ബാഡ്മിന്റൻ കളിക്കാരനുമായിരുന്നു അദ്ദേഹം. ക്ലാസ്സിൽ വിദ്യാർത്ഥികൾ പ്രബന്ധമെഴുതുമ്പോൾ ഒരു വ്യാകരണത്തെറ്റോ ശൈലിഭംഗമോ വന്നാൽ അദ്ദേഹം പൊറുക്കും. എന്നാൽ ബാഡ്മിന്റൻ കളിക്കുമ്പോൾ അശ്രദ്ധകൊണ്ട് ഒരു പന്തെങ്ങാൻ നഷ്ടപ്പെട്ടാൽ അദ്ദേഹം പൊറുക്കില്ല. ജീവതത്തിന്റെ മറ്റു രംഗങ്ങളിൽ നിന്നു മാറ്റിനിർത്തിയ വാശി കളി സ്ഥലത്തു കൂടുതൽ ശൗര്യത്തോടെ തിരിച്ചു വരികയാവും. മധുരമായ കണ്ഠം അദ്ദേഹത്തിന്നു ലഭിച്ച വലിയൊരനുഗ്രഹമത്രെ. ഏതു കവിതയും ആ കണ്ഠശുദ്ധിയുടെ മാധുര്യത്തിൽ നീരാടി വരുമ്പോൾ, ശാലീനമായ ഒരു കുലീന കുമാരി നീരാടി വരുന്ന പ്രതീതിയാണ് തോന്നുക. ഓരോ അടിവെപ്പിലും നൃത്തത്തിന്റെ താളലയങ്ങൾ പ്രതിദ്ധ്വനിക്കുന്നു എന്ന് തോന്നും. കവിതയുടെ അതിരില്ലാത്ത സൗന്ദര്യ സാഗരത്തിൽ കടന്നു ചെല്ലുന്നതിന്ന്, ഈ

ഗാന സൗകുമാര്യം, ഒരു വിദ്യാർത്ഥിയെ സംബന്ധിച്ചിടത്തോളം ഒരു കടവുതോണിയാണ്. ഞങ്ങളിൽ പലരും വെള്ളത്തിലിറങ്ങാൻ ധൈര്യം കാണിച്ചത്, ഈ കടത്തുവഞ്ചി സഹായത്തിന് എത്തിയത് കൊണ്ടാണ്. ക്ലാസിൽ കവിത പഠിപ്പിക്കുമ്പോൾ, പരീക്ഷ ഒരു ലക്ഷ്യ മായിത്തീരുന്നതിന്നു ഈ കവി ഒരിക്കലും സമ്മതിച്ചിരുന്നില്ല. പാഠപുസ്ത കത്തിൽ നിർദ്ദേശിക്കപ്പെട്ട ഏതെങ്കിലും നാലുവരികൾ സൗകര്യത്തിൽ ഒതുങ്ങിക്കിട്ടിയാൽ അദ്ദേഹം ഞങ്ങളെയും കൊണ്ട് ഭാഷാ കവിതയുടെ നീലവിഹായസ്സിൽ കണ്ണെത്താത്ത ദൂരം പറന്നുയരും. സമാനാശയ ങ്ങളോ, വിരുദ്ധാശയങ്ങളോ പ്രതിപാദിക്കുന്ന മറ്റുകവികളും കവിത കളുമായി പരിചയപ്പെടുത്തുന്നതിന്നുള്ള ഒരു ഉപാധി മാത്രമായിരുന്നു അദ്ദേഹത്തിന്നു പാഠപുസ്തകത്തിലെ വരികൾ. അന്ന്, അദ്ദേഹത്തിന്റെ കണ്ഠത്തിൽ നിന്ന് ഉറന്നുവരുമ്പോൾ ആ മാധുര്യം നുകർന്നു കൊണ്ട് മനഃപാഠമായിത്തീർന്ന വരികൾ അല്ലാതെ പിന്നീട് വളരെയൊന്നും കവിതാശകലങ്ങൾ ഓർമ്മയിൽ തങ്ങി നിന്നിട്ടില്ല.

കവിയായ വിവികെയേക്കാൾ അദ്ധ്യാപകനായ വി.വി.കെ യാണ് എന്നെ അധികം സ്വാധീനിച്ചത്. ഇത് പറയുമ്പോൾ ആ കവികർമ്മ ത്തിന്നു എന്തെങ്കിലും അപകർഷം സൂചിപ്പിക്കുകയല്ല, ആ അദ്ധ്യാ പനകലയുടെ ഉൽക്കർഷം ഊന്നിപ്പറയുകയാണ് ചെയ്യുന്നത്. എന്റെ സാഹിത്യ രുചി, അദ്ദേഹത്തിന്റെ ഹ്രസ്വമധുരങ്ങളായ കവിതകളിലെ തേൻതുള്ളികൾ നൊട്ടി നുണഞ്ഞിട്ടുണ്ട്. എന്നാൽ എന്റെ സഹൃദയത്വം തന്നെ ആ അദ്ധ്യാപനകലയുടെ മൂലയിൽ കരുപ്പിടിച്ചതാണ്. ഞാൻ ഭാഷയെഴുതാൻ ശീലിച്ചത് അദ്ദേഹത്തിന്റെ ശിക്ഷണത്തിലാണ്. ഒരു സദസ്സിനെക്കണ്ടാൽ വിറയലില്ലാതെ സംസാരിക്കാം എന്ന് വന്നത് അദ്ദേഹത്തിന്റെ വാത്സല്യാർദ്രമായ നിർബന്ധവും ശാസനയും കൊണ്ടാണ്.

എണ്ണമറ്റ ശിഷ്യപരമ്പരകളുടെ ഹൃദയഭാവങ്ങൾക്ക് ആ കവിതയെ ഴുതുന്ന കൈകൾ രൂപം നൽകിയിട്ടുണ്ട്. നാലഞ്ചു സമാഹാരങ്ങളില ഒതുങ്ങിക്കിടക്കുന്ന ആ കവിതകൾ. ഒരദ്ധ്യാപകനെ സംബന്ധിച്ചിട ത്തോളം മറ്റെന്തുണ്ട്. ഭാവസംഫുല്ലമാവില്ല! ഹൈസ്കൂളിൽ ചേർന്ന ആദ്യ ദിവസങ്ങളിൽ ഒരു നാൾ ഞങ്ങൾ നാലഞ്ചുപേർ അദ്ദേഹത്തി ന്റെ വീട്ടിൽ ചെന്നു. വരാന്തയിൽ ഞങ്ങൾ ചെന്നിരിക്കേണ്ട താമസം 'കണ്ണേട്ടാ' എന്ന് അദ്ദേഹം നീട്ടിയൊന്ന് വിളിച്ചു. 'ഓ' എന്നു പ്രത്യുത്ത രവും. അനിയനായ വി.വി. കുഞ്ഞിക്കണ്ണൻ നമ്പ്യാർ (വി.വി.കെ എന്ന ത്ര്യക്ഷരിയുടെ വികസിതരൂപം അതാണ്) നീട്ടി വിളിക്കുമ്പോൾ 'ഓ' എന്ന് ആദരപൂർവം വിളികേൾക്കുന്ന ഈ 'കണ്ണേട്ടൻ' ആരാണ്?

ജിജ്ഞാസാകുതുകികളായ ഞങ്ങളുടെ കണ്ണുകൾ ഉമ്മറവാതിലിൽ തിരക്കി. തന്നേക്കാൾ വലിയൊരു കുപ്പായത്തിൽ കയറിക്കൂടി, വലതു കൈയിൽ ഒരു കറിക്കത്തിയുമായി ഏതാണ്ട് പത്തു വയസ്സിന്നുതാഴെ പ്രായം തോന്നിക്കുന്ന ഒരു ചിട്ടുങ്ങൻ കോലായിലേക്കു വന്നു.

'എന്തിനാ കണ്ണേട്ടാ, കത്തി?' വി.വി.കെ ചോദിച്ചു. തീരെ പ്രതീക്ഷിക്കാത്ത ഈ കണ്ണേട്ടനെ ഞങ്ങൾ അമ്പരന്നു നോക്കുകയായിരുന്നു. 'ഇല മുറിക്കാൻ പോവ്വായിരുന്നു. വിളിക്കുമ്പോ' 'ആട്ടെ, മ്മളന്ന് ആശാന്റേയോ മറ്റോ എന്തോ കവിത പഠിച്ചില്ലേ, ഞാനതു മറന്നു. ഈ കുട്ടികൾ അതുകേൾക്കാൻ വന്നതാത്രെ.'

'അരിയനീർ കാർമൊട്ടേ! ആണോ?'

'അതെ, അതുതന്നെ. ഒന്നു ചൊല്ലിക്കൊടുത്താട്ടെ' ചണ്ഡാലഭിക്ഷുകിയിലെ മനോഹരങ്ങളായ ആ വരികൾ ആ കുട്ടിയുടെ അശിക്ഷിത കണ്ഠത്തിലൂടെ അക്ഷരം വിഴുങ്ങിയും പദങ്ങൾ ചാഞ്ഞും രാഗം മുറിഞ്ഞും ഞെരിഞ്ഞുഞെരിഞ്ഞു ഊർന്നു വീണു. പിന്നാലെ വള്ളത്തോൾ, ഉള്ളൂർ, ശങ്കരക്കുറുപ്പ് മുതലായവരുടെ നേരെയായി ആക്രമണം. തന്റെ യുവപത്നിക്ക് അടുക്കളയിൽ സഹായിക്കാൻ എവിടെനിന്നോ സമ്പാദിച്ച ഒരനാഥബാലനായിരുന്നു ഈ 'കണ്ണേട്ടൻ'.

അക്ഷരാഭ്യാസമില്ലാത്ത ആ ചെറുക്കനെ ചതുരംഗം വെക്കുന്ന രസത്തോടെ ഈ മഹാകവികളുടെ വരികൾ ചൊല്ലിപ്പഠിപ്പിച്ച ആ 'കുസൃതി' ജീവിതമാകെ കവിതയാക്കിമാറ്റിയ ഒരാൾക്കു മാത്രം തോന്നാവുന്നതാണ്. 'കണ്ണേട്ടൻ' ചൊല്ലിത്തന്ന ആ കവിതകൾ വിദ്യാർത്ഥികളായ ഞങ്ങൾ ഇതിന്നു മുമ്പ് കേട്ടതല്ല. പിന്നെയും കുറെക്കഴിഞ്ഞ് അവ പഠിച്ചതും വി.വി.കെയിൽ നിന്നു തന്നെയാണ്. ഇന്ന് ആ 'കണ്ണേട്ടൻ' എം.എസ്.പിയിൽ എവിടെയോ ജോലി നോക്കുകയാണ്.

ആഗസ്റ്റ് സമരകാലത്തെ ഒരു ചെറിയ അനുഭവം ഞാനോർക്കുന്നു. ഒളിവിലുള്ള ഒരു നേതാവ് ഒരു പ്രത്യേക സ്ഥലത്ത് പ്രസംഗിക്കുന്നതിന്നു വരുന്നു എന്ന് രഹസ്യമായി അറിവ് കിട്ടിയതനുസരിച്ച് ഞങ്ങൾ സന്ധ്യക്ക് ആ സ്ഥലത്തേക്ക് ഒരു ജാഥ നയിച്ചു. മീറ്റിങ്ങ് വളരെ വൈകിയാണ് കഴിഞ്ഞത്. നാലഞ്ചു നാഴിക നടന്നു വേണം കതിരൂരിൽ തിരിച്ചെത്താൻ. വീട്ടിലെത്തുക സാധ്യവുമായിരുന്നില്ല. വിദ്യാർത്ഥികളായ ഞങ്ങൾ രണ്ട് മൂന്നുപേർ മാത്രമേ ഉള്ളൂ. വിശാലമായ പാടത്തിന്റെ മദ്ധ്യത്തിലൂടെ അർദ്ധരാത്രിയുടെ ഏകാന്തനിശ്ശബ്ദതയെ ഭേദിച്ചു മാറ്റൊലിക്കൊള്ളുന്ന മുദ്രാവാക്യങ്ങൾ മുഴക്കിക്കൊണ്ടാണ് ഞങ്ങൾ തിരിച്ചു വന്നത്.

മുമ്പിൽ നടന്ന ഞാൻ ചിനങ്ങിപ്പെയ്യുന്ന മഴയിൽ വഴി കാണാതെ നരച്ച പതഞ്ഞൊഴുകുന്ന കൈത്തോട്ടിൽ ചെന്നു ചാടി. അപകടം പറ്റിയില്ലെങ്കിലും അടിമുടി നനഞ്ഞു. കരയിൽക്കയറി ഷർട്ടും മുണ്ടും പിഴിഞ്ഞു തുവർത്തി. വയലിലൂടെ വീശിയടിക്കുന്ന തണുത്ത കാറ്റ് നനഞ്ഞ വസ്ത്രത്തിലൂടെ ഉള്ളിലേക്ക് കടന്നു. എല്ലിനുള്ളിലുള്ള മജ്ജയെപ്പോലും അത് നക്കിത്തിന്നുകയാണെന്നു തോന്നി. ആ പാതിരാവിൽ എന്തു ചെയ്യാനാണ്! വിശപ്പു കൊണ്ട് സ്വതേ തന്നെ തളർന്നിരുന്നു. അന്നു രാത്രി രണ്ടു മണി കഴിഞ്ഞിരിക്കും. ഞാൻ സംശയിക്കാതെ വി.വി. കെയുടെ വാതിലിൽ മുട്ടി. 'വല്ലതും കഴിച്ചോ?' ആദ്യമായി അന്വേഷിച്ചത് അതായിരുന്നു. ഉത്തരത്തിന്നു കാത്തു നിന്നില്ല. ഉറക്കമുണർന്ന ഭാര്യ പൊടിയരിക്കഞ്ഞിയും ചുട്ട പപ്പടവും ചമ്മന്തിയും ഉണ്ടാക്കിത്തന്നു. പിറ്റേന്ന് സ്കൂളിലേക്കു പോകാറായപ്പോൾ തലേന്ന് അഴിച്ചിട്ട മുണ്ടും ഷർട്ടും ഉണക്കി ഇസ്തിരിയിട്ട് ഒരുക്കി വെച്ചിരുന്നു.

വി.വി.കെ.യെക്കുറിച്ചുള്ള ഏതു പരാമർശവും അദ്ദേഹത്തിന്റെ കുടുംബിനിയെക്കുറിച്ചുള്ള അനുസ്മരണത്തോടുകൂടി മാത്രമേ പര്യവസാനിപ്പിക്കാനാവുകയുള്ളൂ. ആ കവിയുടെ ഭാവഗീതങ്ങൾപോലെ അവരും നിരാലംബരയും മനോഹാരിയുമാണ്. അവരുടെ ശാലീനമായ സൗഭാഗ്യം ആ കവിതകളിലെ പ്രസാദം പോലെ, കുടുംബ ജീവിതത്തിന്ന് ആകെ ഉന്മേഷവും സംതൃപ്തിയും നൽകിപ്പോന്നു. പഴയ തറവാടുകളിൽ മച്ചിൽ കൊളുത്തി വെക്കാറുള്ള നെയ്ത്തിരി പോലെയാണ് ആ വീട്ടിൽ അവരുടെ സാന്നിദ്ധ്യം അനുഭവപ്പെട്ടത്. വിവികെയുടെ ആ ആദ്യകാല കവിതകളിൽ മനോഹരമായ ഒട്ടേറെ എണ്ണം അവരുടെ മുഗ്ദ്ധ യൗവനത്തിന്റെ തുടുവിരൽത്തുമ്പ് ആ കവി ഹൃദയത്തിന്റെ തന്ത്രികളെ തൊട്ടുണർത്തിയപ്പോൾ ഉതിർന്നൊഴുകിയവയാണ്.

'ആനന്ദകാവ്യത്തിൻ ചാരുമുഖവുര
ഞാനെഴുതേണമെന്നോമലാളും
പ്രേമസംഗീതത്തിൽ പല്ലവിയാദ്യമെ
ന്നോമന പാടേണമെന്നു ഞാനും
(മധുചന്ദ്രിക)

മൗനമുദ്രിതമായ അഭിജാതതയോടെ നടത്തിയ പരസ്പര സംവാദത്തിന്റെ വ്യാഖ്യാനമാണ് അദ്ദേഹത്തിന്റെ പ്രേമ കവിതകളിലധികവും.

'നാണമാം പാഴ്നിഴലങ്ങിങ്ങു തങ്ങിടും
ചേണാർന്നൊരാരാമൃദു ചന്ദ്രികയിൽ
തൊട്ടാൽ കുണുങ്ങുന്ന വല്ലരിയെങ്കിലും
വീട്ടൊഴിഞ്ഞീടാത്ത ഗന്ധവാഹൻ.'

ആയി ആ കുടുംബജീവിതം ഷഷ്ടിപൂർത്തി കഴിയുവോളവും ഒരു അപസ്വരവുമില്ലാതെ നീണ്ടു നിന്നു. ഇന്നോ? ആ ഗന്ധവാഹൻ ഇല്ല...

(വ്യക്തികൾ സങ്കൽപ്പങ്ങൾ, തായാട്ട് ശങ്കരൻ, 1978, എൻബിഎസ്, പേജ് 103-116)

3
വിവികെ: കൈക്കുമ്പിളിൽ ഒരു പിടി പൂക്കളുമായി വിനീതശിഷ്യൻ

കെ. തായാട്ട്

എവിടെ ആരംഭിക്കണമെന്നറിയില്ല. എങ്ങനെ തുടങ്ങണമെന്നും. പറഞ്ഞു തുടങ്ങിയാൽ എവിടം വരെ പറയണമെന്നും എവിടെ അവസാനിപ്പിക്കണം എന്നും മനസ്സിൽ ഒരു പിടിയും കിട്ടുന്നില്ല. അത്രയം നിറഞ്ഞു നിൽക്കുകയാണ് ആ മഹാവ്യക്തിത്വം. ഒരു ഉന്നത ശൈലം പോലെ അനന്തനീലിമയാർന്ന തലക്കുമീതെ പ്രപഞ്ചത്തിനു ചുറ്റും 'ദൃശ്യമെങ്കിലും' അദൃശ്യമായി നിലകൊള്ളുന്ന നീലാകാശംപോലുള്ള ആ അതുല്യസങ്കൽപ്പം.

ഞാനോർക്കുന്നു: വിവികെയെ ആദ്യമായി കണ്ട ദിവസം. കൊല്ലം മാസം തീയതിയൊന്നും മനസ്സ് കുറിച്ചുവെച്ചില്ല. അങ്ങനെയൊരാലേഖനം മനസ്സിന്റെ ഫലകത്തിൽ വേണ്ടി വരുമെന്ന് ആലോചിച്ചതല്ല ല്ലോ. അതുകാരണം കാലത്തെപ്പറ്റി ഏകദേശ രൂപംപോലും മനസ്സിൽ നിന്നും ചികഞ്ഞെടുക്കാൻ കഴിയുന്നില്ല. എന്നെ സംബന്ധിച്ചിടത്തോളം ഒരാൾക്കുമാത്രം കഴിയുന്ന കാര്യമായിരുന്നു അത്. എന്റെ ജ്യേഷ്ഠൻ തായാട്ട് ശങ്കരന്. ആ ജ്യേഷ്ഠനും ഇന്ന് എനിക്ക് ഒരു തപ്തസുന്ദരമായ ഓർമ്മ മാത്രം.

എങ്കിലും ഞാനോർക്കുന്നു. ആ നിമിഷം. അനഘം എന്ന് വിശേഷിപ്പിക്കാൻ പറ്റിയ അസുലഭ സന്ദർഭം. വിവികെ എന്ന ശ്രേഷ്ഠനായ കവിയുടെ ഭാഷയിൽ പറഞ്ഞാൽ, അത്തരം മുഹൂർത്തങ്ങൾ (നിമിഷങ്ങൾ) ചിലപ്പോൾ വത്സരതതിയെ പിന്നിടും മുഹൂർത്തങ്ങളാണ്.

ഇതായിരുന്നു വി.വി.കെ.യുടെ വരികൾ:

'വിലയിൽ, വത്സരതതിയെ പിന്നിടും
ചില നിമേഷമുണ്ടെന്നനുസ്മരിക്കുവാൻ...'

വൃത്തപരിധി നന്നെ കുറഞ്ഞ കുട്ടസ്സായ എന്റെ ഗ്രാമത്തിന്നപ്പുറത്തുള്ള ലോകവുമായി പറയത്തക്ക ബന്ധമൊന്നുമില്ലാത്ത തികച്ചും ഗ്രാമീണനായി കഴിഞ്ഞു കൂടിയ ഞാൻ, കുറുക്കു വഴിയിലൂടെ ചെന്നാൽ അഞ്ചു നാഴികയെങ്കിലും ദൂരമുള്ള ഹൈസ്കൂളിലേക്ക് ചേമ്മൺപാതയിലൂടെ നടന്നു. വഴിയിലെ ഒരു കൊച്ചു പുഴയുടെ പൊളിഞ്ഞ പാലം കടന്നു. വയൽവരമ്പിലൂടെയും, തോട്ടു വരമ്പിലെ കൈതോലക്കാടിലൂടെയും ചെന്നും, ഇടവഴിയിൽ കയറി, ക്ഷേത്രവളപ്പിലൂടെ കുറുകെ കയറിയിറങ്ങിയും കരിനാടപോലെ നീണ്ടു കാണുന്ന ഒരു റോഡ് കുറുകെ കടന്നു റോഡരികിലൂടെ കടകളുടെ മദ്ധ്യത്തിലൂടെയുള്ള ഇരുളടങ്ങിയ കവാടം കടന്നു കൊണ്ടും പത്തിരുപത് ചവിട്ടുപടികളുള്ള സിമന്റ് കോണി കയറിയും ജ്യേഷ്ഠന്റെ നിഴലും പറ്റി ആദ്യമായി ചെന്ന ദിവസം. അതെനിക്കൊരു അത്ഭുതപ്രപഞ്ചമായിരുന്നു. അജ്ഞാതലോകവും. കതിരൂർ എന്നാൽ എന്റെ സങ്കൽപ്പത്തിൽ ഒരു വലിയ പട്ടണമാണ്. (ഉറുമ്പിന് ഇറവെള്ളമാണ് സമുദ്രം എന്ന നിയമമനുസരിച്ച്).

ഹൈസ്കൂളിൽ എനിക്ക് അദ്ധ്യാപകരിൽ ആരെയും കേട്ടറിവ് പോലുമില്ല, ഒരാളൊഴികെ. അവിടെ മലയാളം പഠിപ്പിക്കുന്ന വിവികെ എന്ന കവിയെപ്പറ്റി എന്റെ സങ്കൽപ്പത്തിൽ ഒരു ഏകദേശരൂപം വരച്ചെടുത്തിട്ടുണ്ട്. അങ്ങനെ ഹൃദയതലത്തിൽ കൊത്തി രൂപപ്പെടുത്തി വെച്ചു തന്നിരിക്കുന്നത് എന്റെ ജ്യേഷ്ഠൻ. വിവികെയുടെ ആത്മശിഷ്യരിൽ ഒരാൾ.

സ്കൂളിൽ കയറിച്ചെല്ലുന്ന കോണിയുടെ വലതുഭാഗത്ത് മുളച്ചീളുകൾ പിണച്ചുകെട്ടി ഉണ്ടാക്കിയ വേലിച്ചുവരിനകത്തെ ക്ലാസ്സു മുറിയിൽ നിന്നും, അന്ന് പെട്ടിപ്പാട്ട് എന്ന് കൂടി പേരുള്ള സ്വനഗ്രാഹിയന്ത്രത്തിൽ നിന്നെന്നോണംകേട്ട ഒരു കവിതാശകലം എന്റെ അമ്പരിപ്പിക്കുന്ന ജിജ്ഞാസയെ ആ വഴിക്കു തിരിച്ചു വിട്ട കാര്യം ഞാനോർക്കുന്നു.

'സ്നേഹം ജീവിത പൊന്മലരിലെ
മോഹനാനന്ദത്തേനല്ലേ?
ജ്ഞാനം ജീവിതപ്പൂന്തൊത്തിന്
നൂനമുണ്മയഴകല്ലേ?
ലോകാരാമമതിന്നാലല്ലയോ
ലോലമോഹനമാവുന്നൂ?

ആത്മാവെന്നമതിന്നു ചുറ്റില്ല -
മാമോദം തേടും വണ്ടല്ലേ?'

കയറിത്തുടങ്ങിയ ജ്യേഷ്ഠൻ തിരികെയിറങ്ങി ഞാനും; കാവ്യശകലം കേൾക്കുന്ന ക്ലാസ്സിന്റെ മുൻഭാഗത്ത് ജ്യേഷ്ഠൻ ചെന്നു. പിന്നാലെ ഞാൻ എന്ന നിഴലും. ജ്യേഷ്ഠന്റെ മറവിൽ നിന്ന് കൊണ്ട് ഞാൻ ക്ലാസ്സിലേക്ക് ഒളിഞ്ഞു നോക്കി. ജ്യേഷ്ഠനെ കണ്ട് പാഠമെടുക്കുന്ന അദ്ധ്യാപകൻ പുറത്തു വരുന്നു. മുഖം നിറയെ പുഞ്ചിരിയുമായി. ജ്യേഷ്ഠൻ എന്നെ പരിചയപ്പെടുത്തി. അദ്ദേഹം എന്നെ നോക്കി ചിരിച്ചു. പുറത്തു തട്ടി പേരെന്തെന്നു ചോദിച്ചു. അണച്ചുനിർത്തി വീണ്ടും പുറത്തുതട്ടി. ശിരസ്സിൽ ഇടം കൈവെച്ചു തലോടി. വെണ്മുത്തുപോലെയോ കുടമുല്ലപ്പൂപോലെയോ തിളക്കമാർന്ന് നിൽക്കുന്ന ദന്തനിര കാട്ടി നറുംപാൽ പോലെ ചിരിച്ചു. നെറ്റിയിൽ അവ്യവസ്ഥിതമായി ഊർന്നുവീണ ചിതറിക്കിടക്കുന്ന ഞാനെന്ന ഗ്രാമീണ ബാലന്റെ 'കുറുനിര', വിരൽ കൊണ്ട് ശ്രദ്ധാപൂർവ്വം വകഞ്ഞെടുത്ത് കോതിവെച്ചുതന്നു.

ഞാനെന്ന കൊച്ചു ശിഷ്യനെ വിവികെ എന്ന അനന്യവ്യക്തിത്വമുള്ള ഗുരുനാഥൻ തന്നിലേക്ക് അങ്ങനെയാണ് ലയിപ്പിച്ചെടുത്തത്! എന്റെ വിദ്യാർത്ഥി ജീവിതകാലഘട്ടത്തിലെ ഏറ്റവും അനർഘസുന്ദരമായ നിമിഷം!

വിവികെ അന്ന് ക്ലാസ്സിൽ ചൊല്ലിയ കവിത അദ്ദേഹത്തിന്റെ തന്നെ സൃഷ്ടിയായിരുന്നു എന്നും ജീവിത പുഷ്പം എന്നാണ് ആ പതിനാറു വരി കവിതയുടെ ശീർഷകമെന്നും ഞാൻ വളരെ കഴിഞ്ഞാണ് കണ്ടുപിടിക്കുന്നത്.

ആ ഗുരുവര്യന്റെ ശിഷ്യനാവുക ഒരു ശിഷ്യനെ സംബന്ധിച്ചിടത്തോളം അന്ന് ഒരു സായൂജ്യമായി കരുതിയിരുന്നു. ഇന്ന് സാഹിത്യരംഗത്ത് പ്രശസ്തരായ തലശ്ശേരിയിലെ പലരും വിവികെയുടെ ശിഷ്യരാവാൻ സൗഭാഗ്യം ലഭിച്ച വിദ്യാർത്ഥികളാണ്. തായാട്ട് ശങ്കരൻ, കെ.പി.ബി. പാട്യം, രാഘവൻ പൊന്ന്യം തുടങ്ങി കഥാവശേഷരായ സാഹിത്യകാരന്മാരും ഇന്ന് ജീവിക്കുന്നവരും ഇതിന് തെളിവാണ്. വാസനാസമ്പന്നരായ വിദ്യാർഥികളെ കണ്ടെത്താനും അവരിൽ നിലീനമായിക്കിടക്കുന്ന സർഗ്ഗശക്തി ഊതി ഉണർത്താനുമുള്ള ആ അദ്ധ്യാപക ശ്രേഷ്ഠന്റെ കഴിവും സന്നദ്ധതയും അതുല്യമായിരുന്നു. അങ്ങനെയുള്ള വിദ്യാർത്ഥി സമൂഹത്തെയും ചേർത്ത് 'വി.വി.കെ കുടുംബം' എന്നാണ് അക്കാലത്ത് അറിയപ്പെട്ടുപോന്നത്.

(വിന്നേർസ് ലൈബ്രറി കതിരൂർ സ്മരണിക 1993ൽ നിന്ന്)

4
വി.വി.കെ
എസ്.കെ. പൊറ്റക്കാട്ട്

കൈരളിപ്പൂങ്കാവിലിന്നി മേൽ മംഗളം
മൂളുവാനെത്തുകില്ലാ മധുഭൃംഗകം!
വിട്ടുപോയല്ലോ വിശുദ്ധവൈകാരിക -
വിജ്ഞാനഗായകാ, നീ വിശ്വമേഖല!
(കൈവിട്ടു പോയി ഹാ! ഞങ്ങൾക്കു കൈതവം
കാണാത്തൊരാത്മീയ സൗഹൃദകൗതുകം-
ആദ്യന്തഹൃദ്യനവത്വം പകരുന്നൊ-
രാതിഥേയത്വവുമോർമ്മയിൽ മാത്രമായ്!)
അദ്ധ്വാനശീലനാം കർഷക, നാദർശ-
ശുദ്ധനാമദ്ധ്യാപകൻ, ദേശസേവകൻ,
സ്നേഹവൈതാളികൻ, നിത്യസംതൃപ്തനാം
ഗേഹാധിപൻ, ഹന്ത ഗന്ധർവ്വഗായകൻ
ഇക്കവിവിദ്യാധരനിലവരൊക്കെ
യുൾക്കരുത്തോടൊത്തിണങ്ങി മേവീലയോ?
കാലവും പ്രായവും (മേലായറുപതിൽ)
മൗലിയിൽ വീഴ്ത്തും ജരാനരമുദ്രകൾ
ഹാ! കവികർഷകാ, നീ തലോടീലയോ
കാകളിയും കൈയ്പ്പവള്ളിയുമൊപ്പമേ?

കാട്ടിക്കൊടുത്തു തൊഴിലിന്റെ മാന്യത
കാലിത്തൊഴുത്തിലും കാവ്യവനിയിലും
ജീവിതഗാനവും നിർത്തിയാ മൃത്യവി-

ന്നാവരണത്തിൽ മറഞ്ഞുപോയെങ്കിലും
താവകവല്ലകി മീട്ടിയോരത്ഭുത-
സ്നേഹരാഗത്തിന്റെ സന്ദേശവീചികൾ
നീളവേ സഞ്ചരിക്കുന്നുണ്ട കൈരളീ
ശാലയിലിന്നുമഭംഗുരം സോദരാ...

(മാതൃഭൂമി ആഴ്ചപ്പതിപ്പ്, ഏപ്രിൽ 15)

5
കവിഗായകൻ

കെ.കെ.രാജ

ആ സംഗീതസുഗന്ധി സാധുകവനം
സൗഹാർദ്ദനിഷ്യന്ദിയാ
ഹാസം, നിർമ്മലമാ സ്വഭാവമിവയി-
ന്നാ റേഡിയോമന്ദിരം
മാസം രണ്ടുകഴിഞ്ഞു പിന്നെയുമിതാ
കാട്ടിത്തരുന്നു, രസാ-
വാസം തന്നെ വെടിഞ്ഞു മൽകവി സഖൻ
വീ-വീ-കെ-യെന്നാകിലും!
എല്ലാ നാട്ടിലുമൊട്ടു പേർ കവികളാ-
യുണ്ടാം; സ്വകാവ്യങ്ങളെ -
ച്ചൊല്ലാൻ സുസ്വരമുള്ള ഗാനരസിക -
ന്മാരെത്രയോ ദുർല്ലഭം;
തെല്ലാഹ്ലാദമപണ്ഡിതർക്കുമരുളാ -
നാ വൈഖരീമാധുരി -
യ്ക്കല്ലാതെന്തിനു ശക്തി? കാവ്യകല തൻ
സൗഭാഗ്യമേ സുസ്വരം!
പാടാം ദ്രാവിഡനൈജഗാനമിനി മേൽ
സ്സ്വർഗ്ഗത്തിലുല്ലാസമായ് -
ക്കൂടാമാസ്തികരൊത്തു ഗീഷ്പതിസദ -
സ്സിങ്കൽസുരാധ്യനായ്;
വാടാപ്പൂംപുകളാർന്ന കേരളകവീ -
ന്ദ്രന്മാരില, ങ്ങേവനും
തേടാമങ്ങയെ - വെൽക, വിശ്രുതകവേ,
വിണ്ണിന്നലങ്കാരമായ്!

മാതൃഭൂമി ആഴ്ചപ്പതിപ്പ് ഏപ്രിൽ 15)

അനുബന്ധം

അനുബന്ധം 1

ജീവചരിത്രസംഗ്രഹം

വലിയ വീട്ടിൽ കുഞ്ഞിക്കണ്ണൻ നമ്പ്യാർ (വിവികെ) 1901 - 1962

1901 ഫിബ്രവരിയിൽ മാവിലായി വലിയവീട്ടിൽ ജനനം. അച്ഛൻ: പി.സി നാരായണൻ നമ്പ്യാർ. അമ്മ: വി.വി കല്ല്യാണി അമ്മ. രണ്ടു മക്കളിൽ മൂത്തയാൾ.
വിദ്യാഭ്യാസം: മാങ്ങാട്ടിടം പ്രൈമറി സ്കൂൾ, മാവിലായി എൽ.പി സ്കൂൾ, പെരളശ്ശേരി ഹയർ എലിമെന്ററി ബോർഡ് സ്കൂൾ. മലബാർ ഡിസ്ട്രിക്റ്റ് ബോർഡിന്റെ കീഴിൽ വടകര മഞ്ചേരി, പയ്യന്നൂർ, ചെറുകുന്ന്, കതിരൂർ തുടങ്ങിയ ഹൈസ്കൂളുകളിൽ അധ്യാപകൻ. ആദ്യം എ.ടി അമ്മു അമ്മയേയും പിന്നീട്, എം. രോഹിണി അമ്മയേയും വിവാഹം ചെയ്തു. മക്കൾ: രാധ, ഭാരതി, ഇന്ദിര, മാധുരി, മഞ്ജുള

1954ൽ കതിരൂർ ബോർഡ് സ്കൂളിൽ നിന്ന് വിരമിച്ചു. തുടർന്ന്, 1961 വരെ കൂത്തുപറമ്പ് ഹൈസ്കൂളിൽ അധ്യാപകൻ.

ചരമം: 1962 മാർച്ച് 16

അനുബന്ധം 2

കവിതാസമാഹാരങ്ങൾ

സുവർണ്ണമേഖല (1946),

ഹൃദയഗായകൻ (1947),

അമൃതഗംഗ (1948),

ഭാവശൃംഖല (1951),

മണ്ണിന്റെ കവിത (1953),

മിശ്രവീചി (1954),

വല്ലകി (1954),

എന്റെ കവിത (1961).

www.ingramcontent.com/pod-product-compliance
Lightning Source LLC
LaVergne TN
LVHW102104041026
849558LV00002B/49
9789390535736